Essential

TAGALOG

Speak Tagalog With Confidence

Renato Perdon

T0151457

TUTTLE Publishing

Tokyo | Rutland, Vermont | Singapore

The Tuttle Story: "Books to Span the East and West"

Many people are surprised to learn that the world's largest publisher of books on Asia had its humble beginnings in the tiny American state of Vermont. The company's founder, Charles E. Tuttle, belonged to a New England family steeped in publishing.

Immediately after WW II, Tuttle served in Tokyo under General Douglas Mac-Arthur and was tasked with reviving the Japanese publishing industry. He later founded the Charles E. Tuttle Publishing Company, which thrives today as one of the world's leading independent publishers.

Though a westerner, Tuttle was hugely instrumental in bringing a knowledge of Japan and Asia to a world hungry for information about the East. By the time of his death in 1993, Tuttle had published over 6,000 books on Asian culture, history and art—a legacy honored by the Japanese emperor with the "Order of the Sacred Treasure," the highest tribute Japan can bestow upon a non-Japanese.

With a backlist of 1,500 titles, Tuttle Publishing is more active today than at any time in its past—inspired by Charles Tuttle's core mission to publish fine books to span the East and West and provide a greater understanding of each.

Published by Tuttle Publishing, an imprint of Periplus Editions (HK) Ltd.

www.tuttlepublishing.com

Copyright © 2002, 2012 Periplus Editions (HK) Ltd.

Consultant: Jan Tristan Arroyo Gaspi

ISBN: 978-0-8048-4240-2

Previously published as *Essential Filipino Phrase Book*
ISBN 978-0-7946-0394-6

First edition
17 16 15 14   7 6 5 4 3   1408HP

Printed in Singapore

Distributed by

North America, Latin America & Europe
Tuttle Publishing
364 Innovation Drive
North Clarendon, VT 05759-9436 U.S.A.
Tel: 1 (802) 773-8930; Fax: 1 (802) 773-6993
info@tuttlepublishing.com
www.tuttlepublishing.com

Japan
Tuttle Publishing
Yaekari Building, 3rd Floor, 5-4-12 Osaki
Shinagawa-ku, Tokyo 141 0032
Tel: (81) 3 5437-0171; Fax: (81) 3 5437-0755
sales@tuttle.co.jp
www.tuttle.co.jp

Asia Pacific
Berkeley Books Pte. Ltd.
61 Tai Seng Avenue #02-12,
Singapore 534167
Tel: (65) 6280-1330; Fax: (65) 6280-6290
inquiries@periplus.com.sg
www.periplus.com

TUTTLE PUBLISHING® is a registered trademark of Tuttle Publishing, a division of Periplus Editions (HK) Ltd.

Contents

Introduction

● Welcome to the Tuttle Essential Language series, covering all of the most popular world languages. These books are basic guides in communicating in the language. They're concise, accessible and easy to understand, and you'll find them indispensable on your trip abroad to get you where you want to go, pay the right prices and do everything you've been planning to do.

Each guide is divided into 15 themed sections and starts with a pronunciation table which explains the phonetic pronunciation to all the words and sentences you'll need to know, and a grammar guide which will help you construct basic sentences in your chosen language. The back of this book presents an extensive English–Tagalog word list.

Throughout the book you'll come across boxes with a beside them. These are designed to help you if you can't understand what your listener is saying to you. Hand the book over to them and encourage them to point to the appropriate answer to the question you are asking.

Other boxes in the book—this time without the symbol— give listings of themed words with their English translations beside them.

For extra clarity, we have put all pronunciations of the foreign language terms in italics.

This book covers all subjects you are likely to come across during the course of a visit, from reserving a room for the night to ordering food and drink at a restaurant and what to do if your car breaks down or you lose your traveler's checks and money. With over 2,000 commonly used words and essential sentences at your fingertips you can rest assured that you will be able to get by in all situations, so let Essential Tagalog become your passport to learning to speak with confidence!

Pronunciation guide

The national language of the Philippines, Filipino, is based on Tagalog, one of the major languages of the country.

Learning to speak in Tagalog is not difficult. Anyone with a knowledge of English or Spanish pronunciation can easily become familiar with the standard pronunciation of Tagalog words.

Since its adoption in 1987, the new Tagalog alphabet consists of 28 letters: *a, b, c, d, e, f, g, h, i, j, k, l, m, n, ñ, ng, o, p, q, r, s, t, u, v, w, x, y, z.* **(See 1.9 Telephone alphabet for pronunciation of the alphabet)**

The original twenty letters of the old alphabet (*a, b, k, d, e, g, h, i, l, m, n, ng, o, p, r, s, t, u, w, y*) form part of the new alphabet. The additional letters (*c, f, j, ñ, q, v, x, z*) are mainly used in the spelling of words assimilated from various foreign languages, especially English and Spanish.

The user of this phrase book should not be worried about making errors in communicating with native speakers. You will learn so much from the interactions. Practice in proper pronunciation is a big help. The imitated pronunciation should be read as if it were English (except ñ which comes from Spanish), and bearing in mind these main points:

Consonants

b as in *bat*	b	*baboy* (pig)
c as in *census*	c	*sinag* (ray)
d as in *day*	d	*dinig* (heard)
f as in *food*	f	*Filipino* (Filipino)
g as in *give*	g	*gamot* (medicine)
h as in *hit*	h	*higop* (gulp)
j as in *dya*	j	*dyambori* (jamboree)

or **he** or **ho** when followed by **e** or **o**

but in the case of words recently borrowed from English, as in *jeep*

k as in *king*	*k*	*kamera* (camera)
l as in *level*	*l*	*lason* (poison)
m as in *mature*	*m*	*mata* (eyes)
n as in *nut*	*n*	*numero* (number)
ñ as in Spanish *mañana*	*ny*	*Señor* (Mr)
ng as in *England*	*ng*	*ngipin* (teeth)
p as in *patriot*	*p*	*pera* (money)
q as in *question*	*q*	*kuwento* (story)
r as in *rat*	*r*	*radyo* (radio)
s as in *start*	*s*	*silya* (chair)
t as in *time*	*t*	*tasa* (cup)
v as *b*	*v*	*barnis* (varnish)

but in the case of words recently borrowed from English, as in *veto*

w as in *way*	*w*	*wika* (language)
x as in *x-ray*	*x*	*ekstra* (extra)
y as in *yard*	*y*	*yate* (yacht)
z as *s*	*z*	*soo* (zoo)

but in the case of words recently borrowed from English, as in *zinc*

Vowels

a like *ar* in *car*	*a*	*sabon* (soap)
e like *ay* in *way*	*e*	*edad* (age)
i like *ee* in *meet*	*i*	*istakada* (stockade)
o like *o* in *note*	*o*	*loka* (mad)
u like *oo* in *boot*	*u*	*luhod* (kneel)

Vowel combinations

ia = *ya* or *iya*	piano	*piyano*
ie = *ye* or *iye*	pie	*pye*
io = *yo* or *iyo*	violin	*biyolin*
ua = *wa* or *uwa*	qualifications	*kwalipikasyon*
ue = *we* or *uwe*	question	*kuwestiyon*
ui = *wi* or *uwi*	intuition	*intuwisyon*

Word stress

Correct pronunciation of Tagalog words depends on the stress, which normally falls on the syllable before last, in which case it is unmarked, e.g. *buhay* (life). Sometimes it falls on the last syllable and is marked with an acute accent, e.g. *buháy* (alive).

A number of words have a written grave accent on the last syllable, to indicate that the final vowel has a glottal stop, e.g. *batà* (boy), *binatà* (single male), *labì* (lips).

Basic grammar

1 Sentence construction

A sentence is a group of words expressing a single thought. As in English, a sentence in Tagalog consists of a topic and a predicate (or comment about the topic), e.g. *Si Juan* [topic] *ay tumakbo* [predicate] (John ran). In most cases the predicate in simple sentence comes before the topic, e.g. *Tumakbo si Juan* (John ran). There are other classes of sentences such as subjectless sentences and existential sentences. For the purposes of this phrase book, a knowledge of basic sentence construction will help users to form sentences in Tagalog.

Akoy ay si Maria	I am Maria
Kayumanggi ang kulay ng lupa	Brown is the color of earth
Matamis ang manggang hinog	The ripe mango is sweet
Nag-aaral si Ana	Ana is studying
Manonood ako ng sine	I am going to see a movie
Maysakit ka ba?	Are you sick?
Sino ang titser mo?	Who is your teacher?

The topic is normally a noun which is the name of anything. There are two classes of nouns: common, e.g. *tao* (man), *puso* (heart), *hayop* (animal), *aso* (dog); and proper, e.g. *Juan* (John), *Ana* (Anne), *Dios* (God). A pronoun is sometimes used instead of a noun.

Nouns have three numbers: singular, e.g. *aklat* (book); dual, e.g. *dalawang aklat* (two books); and plural, e.g. *mga aklat* (books). In Tagalog nouns are made plural by adding the word *mga* (an article that denotes plurality) to the singular word, e.g. *bata* (boy), *mga bata* (boys); *papel* (paper), *mga papel* (papers).

Nouns have four genders: masculine, e.g. *ama* (father); feminine, e.g. *ninang* (godmother); common, e.g. *pinsan* (cousin); and neuter, e.g. *bahay* (house).

Nouns have three cases: nominative, as in *ang balaraw ay matulis* (the dagger is sharp); possessive, as in *ang pangalan ng aking ina ay Maria* (my mother's name is Maria); and objective, as in *ang aking pera ay nasa ibabaw ng mesa* (my money is on the table).

Predicates are of various kinds: verbal adjective, as in *umiyak si Clinton* (Clinton cried); adjectival, as in *mabaho si Todd* (Todd is smelly); nominal, as in *manunulat si Sammy* (Sammy is a writer); and prepositional, as in *para sa kapatid mo ang bisikleta* (the bicycle is for your brother). The predicate-topic pattern is used in the above examples. Using the topic-predicate pattern they would be *si Clinton ay umiyak*; *si Todd ay mabaho*; *si Sammy ay isang manunulat*; *ang bisikleta ay para sa iyong kapatid*.

2 Verb conjugation

Some verbs are conjugated but some are not, such as *ay* (to be). There are four commonly used ways of conjugating verbs in Tagalog. These are the *UM*, *MAG*, *MA*, and *MANG* form conjugations.

1. In the *um* conjugation we duplicate the first syllable and insert *um* for the present tense; insert *um* after the first syllable for the past tense; and reduplicate the first syllable for the future tense. Example: root word *takbo* (to run); present *tumatakbo*; past *tumakbo*; future *tatakbo*.

2. In the *mag* conjugation we change the prefix *m* to *n* and reduplicate the first syllable for the present tense; change the prefix *m* to *n* for the past tense; and reduplicate the first syllable and prefix *mag* to the root word for the future tense. Example: root word *tanim* (to plant); present *nagtatanim*; past *nagtanim*; future *magtatanim*.

3. In the *ma* conjugation we change *m* to *n* and follow the same procedure, using the prefix *ma* instead of *mag*. Example: root word *takot* (to fear); present *natatakot*; past *natakot*; future *matatakot*.

4. In the *mang* conjugation we change *m* to *n* and follow the same procedure as for the *mag* and *ma* conjugations, except for root words beginning with *p* or *b*, where *mang* becomes

mam, and for root words beginning with *t* or *d*, where *mang* becomes *man*.

Examples:
a) root word *bili* (to buy); present *namimili*; past *namili*; future *mamimili*.
b) root word *gulo* (to make trouble); present *nanggugulo*; past *nanggulo*; future *manggugulo* (future).
c) root word *dukot* (to kidnap); present *nandudukot*; past *nandukot*; future *mandudukot*.

3 Helpful hints: use of *may* and *mayroon*

In most cases, forming a sentence requires the use of the auxiliary verb *may*. We use *may* when it is followed by a noun, an adjective, a verb, the article *mga*, or the possessive pronoun. Examples:

May *tao sa labas ng pinto*	There's someone outside the door
May *marunong na anak si Maria*	Maria has a talented child
May *itatanong ka ba sa akin?*	Have you a question to ask me?
May *mga nangungupahan sa kanila*	There are tenants in their place
Ang bahay ay **may** *pinta*	The house is painted

Mayroon (a quasi-verb auxiliary verb) is used in several ways. We use *mayroon* in a sentence if there is a word between *mayroon* and a noun or adjective, or followed by a verb; as an answer to a question; as the equivalent of 'there is' and 'none' or 'nothing'; and if followed by a nominative pronoun. Examples:

Mayroon *palang tao sa labas ng pinto*	So there's someone outside the door
May bagong damit ka ba?	Do you have a new dress?
Mayroon *akong bagong damit*	Yes, I have a new dress
Hindi lahat ay tumanggaip ng bigas; **mayroong** *wala*	Not all have received the rice; some have none
Mayroong *anak na dalaga si Petra*	Petra has an unmarried daughter

4 Foreign influence

The Tagalog language is full of loan words, the majority of which are from Spanish and English. Because of loan words and the official national language policy which allows the use of foreign words in Tagalog, there is a tendency among Tagalog native speakers, particularly in Manila, to speak in the slang language known as Taglish (Tagalog + English) or Engalog (English + Tagalog). The main features of this method of speaking are words and phrases adapted from the different principal dialects and foreign languages.

1 The Basics

1. The Basics

1.1 Personal details

surname	*apelyido*
first name	*pangalan*
middle name	*panggitnang apelyido*
initials	*inisyal*
address (street/number)	*direksiyon/tirahan (kalye/numero)*
postal (zip) code	*postal kod*
sex (male/female)	*kasarian (lalaki/babae)*
nationality/citizenship	*nasyonalidad/pagkamamamayan*
date of birth	*araw ng kapanganakan*
place of birth	*lugar/pook ng kapanganakan*
occupation	*trabaho/hanapbuhay*
marital status	*katayuang pangkasal*
married, single	*kasal, nagsosolo*
separated	*hiwalay*
divorced	*diborsyado*
widowed	*biyudo/a*
(number of) children	*anak (ilan)*
telephone number	*numero ng telepono*
passport/identity card/ driving license number	*pasaporte/ID/lisensiya sa pagmaneho*
place and date of issue	*lugar at petsa ng isyu*

issue date	*araw ng pagkakaloob*
expiration date	*araw ng pagkawalang bisa*
signature	*pirma/lagda*

1.2 Today or tomorrow?

What day is it today?	*Anong araw ngayon?*
Today's Monday	*Lunes ngayon*
Tuesday	*Martes ngayon*
Wednesday	*Miyerkules ngayon*
Thursday	*Huwebes ngayon*
Friday	*Biyernes ngayon*
Saturday	*Sabado ngayon*
Sunday	*Linggo ngayon*
in January	*sa Enero*
since February	*mulang Pebrero*
in spring	*sa tagsibol*
in summer	*sa tag-init*
in autumn	*sa taglagas*
in winter	*sa taglamig*
dry season	*tag-araw*
wet season/rainy season	*tag-ulan*
the twentieth century	*ang ikadalawampung siglo*
the twenty-first century	*ang ikadalawampu't isang siglo*
What's the date today?	*Anong petsa ngayon?*

Today's the 24th	*Ikadalawampu't apat ngayon*
Monday 3 November	*Lunes 3 Nobyembre*
in the morning	*sa umaga*
in the afternoon	*sa hapon*
in the noon	*sa tanghali*
in the evening	*sa gabi*
at night	*sa gabi*
this morning	*ngayong umaga*
this afternoon	*ngayong hapon*
this evening	*ngayong gabi*
tonight	*mamayang gabi*
last night	*kagabi*
this week	*ngayong linggo*
next month	*susunod na buwan*
last year	*noong isang taon/noong nakaraang taon*
next...	*susunod...*
in...days/weeks/months/ years	*sa...araw/linggo/buwan/taon*
...weeks ago	*nakaraang mga...linggo*
day off	*walang pasok*

1.3 What time is it?

What time is it?	*Anong oras na?*
It's nine o'clock	*Ikasiyam ng umaga/hapon*

five past ten	*Limang minuto makaraan ang ikasampu ng umaga/hapon*
a quarter past eleven	*Labinlimang minuto makaraan ang ikalabing-isa ng umaga/hapon*
twenty past twelve	*Dalawampung minuto makaraan ang ikalabindalawa ng umaga/hapon*
half past one	*Tatlumpung minuto makaraan ang unang oras ng umaga/hapon*
twenty-five to three	*Dalawampu't limang minuto bago magikatlo ng umaga/hapon*
a quarter to four	*Labinlimang minuto bago mag-ikaapat/labinlimang minuto bago ang ika-apat ng hapon; menos kinse bago mag alas-kuwarto*
ten to five	*Sampung minuto bago mag-ikalima/ sampung minuto bago ang ika-lima ng hapon; menos diyes bago mag-alas-singko*
It's midday (twelve noon)	*Ikalabindalawa ng tanghali*
It's midnight	*Hatinggabi na*
half an hour	*kalahating oras*
What time?	*Anong oras?*
What time can I come by?	*Anong oras ako maaaring pumunta?*
At...	*Sa...*
After...	*Makaraan...*
Before...	*Bago...*
Between...and...(o'clock)	*Sa pagitan ng...at...*
From...to...	*Mula...hanggang...*
In...minutes	*Sa loob ng...minuto*

an hour	*isang oras*
...hours	*...oras*
a quarter of an hour	*labinlimang minuto*
three quarters of an hour	*apatnapu't limang minuto*
too early/late	*napakaaga/huli na*
on time	*nasa oras*

1.4 One, two, three...

0	*sero*
1	*isa*
2	*dalawa*
3	*tatlo*
4	*apat*
5	*lima*
6	*anim*
7	*pito*
8	*walo*
9	*siyam*
10	*sampu*
11	*labing-isa*
12	*labindalawa*
13	*labintatlo*
14	*labing-apat*
15	*labinlima*
16	*labing-anim*
17	*labimpito*
18	*labingwalo*

19	*labinsiyam*
20	*dalawampu*
21	*dalawampu't isa*
22	*dalawampu't dalawa*
30	*tatlumpu*
31	*tatlumpu't isa*
32	*tatlumpu't dalawa*
40	*apatnapu*
50	*limampu*
60	*animnapu*
70	*pitumpu*
80	*walumpu*
90	*siyamnapu*
100	*isang daan*
101	*isandaa't isa*
110	*isandaa't sampu*
120	*isandaa't dalawampu*
200	*dalawang daan*
300	*tatlong daan*
400	*apat na raan*
500	*limang daan*
600	*anim na raan*
700	*pitong daan*
800	*walong daan*
900	*siyam na raan*
1,000	*isang libo*
1,100	*isang libo't isang daan*
2,000	*dalawang libo*

10,000	*sampung libo*
100,000	*sandaang libo*
1,000,000	*isang milyon*
1st	*una*
2nd	*ikalawa/pangalawa*
3rd	*ikatlo/pangatlo*
4th	*ikaapat/pang-apat*
5th	*ikalima/panlima*
6th	*ikaanim/pang-anim*
7th	*ikapito/pampito*
8th	*ikawalo/pangwalo*
9th	*ikasiyam/pansiyam*
10th	*ikasampu/pansampu*
11th	*ikalabing-isa/panlabing-isa*
12th	*ikalabindalawa/panlabindalawa*
13th	*ikalabintatlo/panlabintatlo*
14th	*ikalabing-apat/panlabing-apat*
15th	*ikalabinlima/panlabinlima*
16th	*ikalabing-anim/panlabing-anim*
17th	*ikalabimpito/panlabimpito*
18th	*ikalabingwalo/panlabingwalo*
19th	*ikalabinsiyam/panlabinsiyam*
20th	*ikadalampu/pandalawampu*
21st	*ikadalawampu't isa/pandalawampu't isa*
22nd	*ikadalawampu't dalawa/ pandalawampu't dalawa*
30th	*ikatatlumpu/pantatlumpu*
100th	*ikaisandaan*
1,000th	*ikaisanlibo*

once	*minsan*
twice	*dalawang beses*
double	*doble/dalawa*
triple	*tatlo/tatluhan*
half	*kalahati*
a quarter	*ikaapat na bahagi*
a third	*ikatlong bahagi*
some/a few	*sinuman/iilan*
often	*madalas*
even/odd	*pantay/hindi mahahati sa dalawa*
total	*total/kabuuan*

1.5 The weather

Is the weather going to be good/bad?	*Magiging maganda/masama ba ang panahon?*
Is it going to get colder/hotter?	*Magiging malamig/mainit ba?*
What temperature is it going to be?	*Ano ang magiging panahon?*
Is it going to rain?	*Uulan ba?*
Is there a storm coming?	*May parating ba na bagyo?*
Where will the eye of the storm hit?	*Saan tatama ang mata ng bagyo?*
The breeze of the wind is cold	*Malamig ang simoy ng hangin*
Is it going to be foggy?	*Magiging maulap ba?*
Is there going to be a thunderstorm?	*Magkakaroon ba ng kulog?/Kukulog ba?*
The weather's changing	*Nagpapalit ang panahon*

| It's going to be cold | *Magiging malamig* |
| What's the weather going to be like today/tomorrow? | *Ano ang magiging panahon ngayon/bukas?* |

bagyo/unos storm	*maganda* fine	*maulap* cloudiness
basa-basa/ mahalumigmig humid	*mahalumigmig* stifling	*maulap/malabo* fog/foggy
bugso ng hangin gusts of wind	*mahangin* windy	*napakainit* very hot
buhawi/ipu-ipo hurricane	*mahinay* mild	*niyebe/isnow* snow
...digri (kulang/ lampas ng sero) ...degrees (below/above zero)	*mainit/maalinsangan* sweltering/muggy	*tag-init* heatwave
hamog/nagyelo frost/frosty	*malakas na buhos* downpour	*ulan* rain
hangin wind	*malakas na ulan* heavy rain	*ulang may yelo* hail
katamtaman/ malakas/ napakalakas na hangin moderate/strong/very strong winds	*malamig* bleak/cool	*walang ulap/ maliwanag* fine/clear
	malamig at mamasa-masa cold and damp	*walang ulap/ maulap/ makulimlim* clear skies/cloudy/overcast
maaraw sunny/sunny day	*hanging amihan* northeast monsoon	
	hanging habagat southwest monsoon	

1.6 Here, there...

See also 5.1 Asking directions

| here/over here | *dito/nandito* |
| there, over there | *doon/nandoon* |

somewhere/nowhere	*kung saan/wala kahit saan*
everywhere	*saanman*
far away/nearby	*malayong-malayo/kalapit*
(on the) right/(on the) left	*kanan/kaliwa*
to the right/left of	*sa kanan ng/sa kaliwa ng*
straight ahead	*tuloy-tuloy/deretso*
via	*sa pamamagitan ng*
in/to	*sa*
on	*nasa*
under	*sa ilalim*
against	*laban sa*
opposite/facing	*katapat/kaharap*
next to	*katabi*
near	*malapit*
in front of	*sa harap ng*
in the center	*sa gitna ng*
forward	*pasulong*
down	*paibaba*
up	*paitaas*
inside	*sa loob*
outside	*sa labas*
behind	*sa hulihan/sa likuran*
at the front	*sa harapan*
at the back/in line	*sa hulihan/nasa linya*

in the north	*sa hilaga*
to the south	*sa katimugan*
from the west	*mula sa kanluran*
from the east	*mula sa silangan*
to the...of	*sa...ng*

1.7 What does that sign say?

See 5.2 Traffic signs

basang pintura
Wet Paint

*bawal mamaril/
mangisda*
No Hunting/Fishing

*bawal manigarilyo/
bawal magkalat*
No Smoking/No
Litter

bawal pumasok
No Access/No Entry

bukas
Open

*departamento sa
sunog*
Fire Department

ginagamit
Engaged

hatakin/hilahin
Pull

otel
Hotel

palitan
Exchange

hindi ginagamit
Not In Use

*(hindi) inuming
tubig*
(No) Drinking
Water

*huwag maingay/
hawakan*
Please Do Not
Disturb/Touch

impormasyon
Information

*Bawal ang
cellphone*
No Cellphone
Allowed

ipinagbibili
For Sale

itulak
Push

paupahan
For Hire

pedestriyan
Pedestrians

kahera/kahero
Cashier

mag-ingat sa aso
Beware of the Dog

*mainit/malamig na
tubig*
Hot/Cold Water

malakas na boltahe
High Voltage

mga banyo
Bathrooms

palengke
Market

*nabili na lahat/ubos
na*
Sold Out

nakareserba
Reserved

ospital
Hospital

sakayan
Loading Area

silid hintayan
Waiting Room

babala
Warning

panganib
Danger

panganib sa apoy/
panganib sa buhay
Danger/Fire Hazard

(pangkagipitan)
labasan
(Emergency) Exit

pasukan (libre)
Entrance (free)

pangunang lunas/
aksidente at
biglang
pangangailangan
(ospital)
First Aid/Accident
and Emergency
(Hospital)

pinauupahan
For Rent

prenong
pangkagipitan
Emergency Brake

bawal tumawid
No Crossing

pulis
Police

pulis (munisipyo)
(Municipal) Police

pulis trapiko
Traffic Police

puno/marami
Full

sarado (walang
pasok/pinaaayos)
Closed (for
Holiday/
Refurbishment)

sangay
pangimpormasyon
ng turista
Tourist Information
Bureau

sira/hindi
magagamit
Out of Order

takasan sa sunog/
eskeleytor
Fire Escape/
Escalator

talaorasan
Timetable

tanggapan ng
koreo
Post Office

tanggapan ng tiket
Ticket Office

tigil/hinto
Stop

1.8 Legal holidays

● The most important legal holidays in the Philippines are the
following:

1 January	New Year's Day *Bagong Taon*
24 February	EDSA Revolution Day *Araw ng Rebolusyon sa EDSA*
March/April	Maundy Thursday and Good Friday *Huwebes Santo at Biyernes Santo*
9 April	National Day of Valor *Araw ng Kagitingan*

1 May	Labor Day
	Araw ng Paggawa
12 June	Independence Day
	Araw ng Kalayaan
August (last Sunday)	National Heroes Day
	Araw ng Pambansang mga Bayani
1 November	All Saints' Day
	Araw ng mga Santo
30 November	Bonifacio Day
	Araw ni Bonifacio
25 December	Christmas Day
	Araw ng Pasko
30 December	Rizal Day
	Araw ni Rizal

Sundays are observed as religious legal holidays. The day approved by law for the holding of a general election is also a legal holiday. On these days, shops and movie theaters are open but banks and government institutions are closed. Individual cities and towns also have public holidays to celebrate their own patron saints and foundation day anniversaries.

1.9 Telephone alphabet

● Since the adoption of Filipino as the national language of the Philippines in 1987, pronunciation of the new alphabet follows the English pronunciation, e.g. A as in America.

a	*ey*
b	*bi*
c	*si*
d	*di*
e	*i*

f	*ef*
g	*dzi*
h	*eyts*
i	*ay*
j	*dzey*
k	*key*
l	*el*
m	*em*
n	*en*
ñ	*enye*
ng	*en dzi*
o	*o*
p	*pi*
q	*kyu*
r	*ar*
s	*es*
t	*ti*
u	*yu*
v	*vi*
w	*dobol yu*
x	*eks*
y	*way*
z	*zi*

2 Meet and Greet

2. Meet and Greet

● **It is usual** in the Philippines to shake hands on meeting and parting company. Female friends and relatives may kiss each other on both cheeks when doing so. For men, this is seldom done, particularly for a majority of the people, but it is sometimes a practice in the higher echelon of the society. When taking leave, it is also polite to say "take care" and "let see each other again", i.e. *mag-ingat ka* and *sige, sa muling pagkikita*.

2.1 Greetings

Hello/Good morning	*Halo* (or *Helo*)/*Magandang umaga*
Hello/Good morning, Mr Williams	*Helo* (or *Halo*)/*Magandang umaga, Ginoong Williams*
Hello/Good morning, Ms/Mrs Jones	*Helo* (or *Halo*)/*Magandang umaga, Bininbining/Ginang Jones*
Hello, Peter	*Halo, Peter*
Hi, Helen	*Hi, Helen*
Good morning, madam	*Magandang umaga, Ginang*
Good afternoon, sir	*Magandang gabi, Ginoo/Mister*
Good afternoon/evening	*Magandang hapon/gabi*
How are you?/How are things?	*Kumusta ka?/Ano ba ang atin?*
Fine, thank you, and you?	*Mabuti, salamat, at ikaw?*
Very well, and you?	*Mabuti, at ikaw?*
In excellent health/ In great shape	*Nasa mabuting kalagayan/ Napakabuti*
So-so	*Hindi mabuti at hindi masama/ Okey lang*

Not very well	*Masama ang pakiramdam*
Not bad	*Hindi masama*
I'm going to leave	*Aalis na ako*
I have to be going, someone's waiting for me	*Kailangang umalis na ako, may naghihintay pa sa akin*
Good-bye	*Paalam/adiyos/babay/hanggang sa muli*
See you later	*Sige, hanggang sa muling pagkikita*
See you soon	*Sige, magkita na lamang tayo*
See you in a little while	*Sige, magkita tayo kaagad*
Sweet dreams	*Matulog ka nang mahimbing*
Good night	*Magandang gabi sa iyo*
All the best	*Maging mabuti sana ang lahat sa iyo*
Have fun	*Magsaya ka*
Good luck	*Suwertihin ka sana/Palarin ka sana*
Have a nice vacation	*Magkaroon ka sana ng kasiya-siyang pagbabakasyon*
Bon voyage/Have a good trip	*Maligayang paglalakbay/Masiyahan ka sana sa iyong biyahe*
Thank you, the same to you	*Salamat, ikaw rin*
Give my regards to…	*Ipakibati mo si…/Ikumusta mo ako kay…*
Say hello to…	*Batiin mo si/Kumustahin mo si…para sa akin*

2.2 Asking a question

Who?	*Sino?*
Who's that?/Who is it?/ Who's there?	*Sino iyon?/Sino iyan?/ Sino ang nandiyan?*
What?	*Ano?*
What is there to see?	*Ano ang makikita dito?*
What category of hotel is it?	*Anong klase ng hotel ito?*
Where?	*Saan?*
Where's the bathroom?	*Nasaan ang banyo/palikuran/ restroom/CR*
Where are you going?	*Saan ka pupunta?*
Where are you from?	*Taga-saan ka?/Saan ka nanggaling?*
What?/How?	*Ano?/Paano?*
How far is that?	*Gaano kalayo iyan?*
How long does that take?	*Gaano katagal iyan?*
How long is the trip?	*Gaano katagal ang biyahe?*
How much?	*Magkano?*
How much is this?	*Magkano ito?*
What time is it?	*Anong oras na?*
Which one/s?	*Alin dito?/Alin sa mga ito?*
Which glass is mine?	*Alin ang baso ko?*
When?	*Kailan?*
When are you leaving?	*Kailan ka aalis?*
Why?	*Bakit?*

Could you...?	*Maaari pa ba na...?*
Could you help me/ give me a hand please?	*Maaari po ba na tulungan ninyo ako/ pakitulungan mo ako?*
Could you point that out to me/show me please?	*Maaari ba na sabihin mo sa akin/ ipakita mo sa akin?*
Could you come with me, please?	*Maaari ba na sumama kayo sa akin?*
Could you reserve/book me some tickets please?	*Maaari po ba na ipagreserba ninyo ako ng ilang tiket?*
Could you recommend another hotel?	*Maaari ka ba na magrekomenda ng ibang otel?*
Do you know...?	*Alam mo ba...?*
Do you know whether...?	*Alam mo ba kung...?*
Do you have...?	*Mayroon ba kayong...?*
Do you have a...for me?	*Mayroon ba kayong...para sa akin?*
Do you have a vegetarian dish, please?	*Mayroon po ba kayong pagkaing gulay?*
I would like...	*Nais kong...*
I'd like a kilo of apples, please	*Gusto ko po ng isang kilo ng mansanas*
Can/May I?	*Maaari ba?/Maaari ba akong...?*
Can/May I take this away?	*Maaari ba na dalhin ko ito?*
Can I smoke here?	*Maaari ba akong manigarilyo dito?*
Could I ask you something?	*Maaari ba kitang tanungin?*

2.3 **How to reply**

Yes, of course	*Oo, iyon lang pala/sige ba*

No, I'm sorry	*Hindi, ikinalulungkot ko*
Yes, what can I do for you?	*Oo, ano ang maipaglilingkod ko sa inyo?*
Just a moment, please	*Sandali po lamang*
No, I don't have time now	*Hindi, wala na akong oras ngayon*
No, that's impossible	*Hindi, imposible iyan*
I think so/I think that's absolutely right	*Sa palagay ko tama iyan*
I think so too/I agree	*Sa palagay ko rin/Sang-ayon ako*
I hope so too	*Inaasahan ko rin*
No, not at all/ Absolutely not	*Hindi, hindi talaga/Hindi, talagang hindi*
No, no one	*Hindi, walang sinuman*
No, nothing	*Hindi, wala*
That's right	*Totoo iyan*
Something's wrong	*Mayroon bang masama*
I agree/don't agree	*Oo, payag ako/hindi, ako pumapayag*
OK/it's fine	*Okey lang/wala iyan*
OK, all right	*Okey, okey*
Perhaps/maybe	*Malamang/marahil*
I don't know	*Hindi ko alam/Aywan ko*

2.4 Thank you

Thank you	*Salamat sa iyo*
You're welcome	*Walang anuman*

Thank you very much/ Many thanks	*Maraming maraming salamat/ Maraming salamat*
Very kind of you	*Napakabuti ninyo*
My pleasure	*Ikinasisiya ko/Ikinararangal ko/ Pag-utusan po*
I enjoyed it very much	*Lubos akong nasiyahan*
Thank you for...	*Salamat sa iyo sa...*
You shouldn't have/ That was so kind of you	*Hindi mo sana ginawa/ Napakabuti mo naman*
Don't mention it!	*Wala iyon*
That's all right	*Okey lang iyon*

2.5 I'm sorry

Excuse me/Sorry	*Ipagpaumahin mo ako/Sori*
Excuse me/Pardon me	*Sandali lamang/Ano kamo*
Sorry, I didn't know that...	*Ipagpaumanhin mo, hindi ko alam na...*
I do apologize	*Pasensiya na po kayo*
I'm sorry	*Nagsisisi ako*
I didn't mean it/ It was an accident	*Hindi ko sinasadya/ Aksidente po iyon*
That's all right/ Don't worry about it	*Walang anuman iyan/ Huwag kang mabahala tungkol doon*
Never mind/Forget it	*Hindi na bale/Kalimutan mo na iyon*
It could happen to anyone	*Maaaring mangyari ito kaninuman*

2.6 What do you think?

Which do you prefer/ like best?	*Ano po ang mas gusto ninyo?*
What do you think?	*Ano ang palagay mo?*
Don't you like dancing?	*Ayaw mo ba ng pagsasayaw?*
I don't mind	*Wala akong tutol*
Well done!	*Napakagaling mo!/Napakagaling nila!*
Not bad!	*Hindi masama!*
Great!/Marvelous!	*Magaling!/Kahang-hanga!*
Wonderful!	*Napakagaling!*
How lovely!	*Kaakit-akit!/Kaibig-ibig!*
I am pleased for you	*Nagagalak ako para sa inyo/ Nagagalak ako para sa iyo*
It's really nice here!	*Talagang maganda rito!*
How nice!	*Napakaganda!*
How nice of you!	*Napakabuti mo naman!*
I'm not very happy with...	*Hindi ako nasisiyahan sa...*
I'm glad that....	*Nagagalak ako na...*
I'm having a great time	*Nasisiyahan ako/Siyang-siya ako*
I can't wait till tomorrow/ I'm looking forward to tomorrow	*Hindi na ako makapaghintay ng bukas/Hihintayin ko ang bukas*
I hope it works out	*Sana matuloy/Sana mangyari*
How awful!	*Nakapangingilabot!*
It's horrible!	*Nakakasindak!*
That's ridiculous!	*Katawatawa iyan!*

That's terrible!	*Nakakapanghilakbot iyan!*
What a pity/shame!	*Nakakaawa/Nakakahiya!*
How disgusting!	*Nakakasuklam!*
What nonsense/How silly!	*Kalokohan/Kaululan!*
I don't like it/them	*Hindi ko gusto ito/Hindi ko sila gusto*
I'm bored to death	*Yamot-na-yamot ako*
I'm fed up	*Sawang-sawa na ako*
This is no good	*Hindi maganda ito*
This is not what I expected	*Hindi ito ang inaasahan ko*

3 Small Talk

3. Small Talk

3.1   Introductions

May I introduce myself?	*Maaari ba na magpakilala ng aking sarili?*
My name's...	*Ang pangalan ko ay...*
I'm...	*Ako ay...*
What's your name?	*Ano ang inyong pangalan?/ Ano ang Pangalan mo?*
May I introduce...?	*Maaari po ba na ipakilala ko si...?/ Maaari ba na ipakilala ko si...?*
This is my wife/husband	*Siya ang aking asawa*
This is my daughter/son	*Siya ang aking anak na babae/lalake*
This is my mother/father	*Siya ang aking ina/ama*
This is my fiancée/fiancé	*Siya ang aking nobya/nobyo*
This is my friend (m./f.)	*Siya ang aking kaibigang lalaki/babae*
How do you do?	*Kumusta kayo?*
Hi, pleased to meet you	*Hi, nagagalak akong makilala ka*
Pleased to meet you	*Nagagalak akong makilala kayo*
Where are you from?	*Taga-saan sila?/Taga-saan ka?*
I'm American	*Ako ay Amerikano*
What city do you live in?	*Saang lungsod ka nakatira?*
In...near...	*Sa...malapit...*
Have you been here long?	*Matagal ka na ba rito?*
A few days	*Ilang araw lamang*

How long are you staying here?	*Gaano ang itatagal ninyo dito?*
We're probably leaving tomorrow/in two weeks	*Marahil kami ay aalis bukas/sa loob ng dalawang linggo*
Where are you staying?	*Saan ka nakatira?*
I'm staying in a hotel/an apartment	*Nakatira ako sa otel/sa isang apartment*
At a campsite	*Sa isang kampo*
I'm staying with friends/relatives	*Nakatira ako sa aking mga kaibigan/kamag-anak*
Are you here on your own? Are you here with your family?	*Nag-iisa ka ba rito? Kasama mo ba ang iyong pamilya?*
I'm on my own	*Nag-iisa ako/Nagsosolo ako*
I'm with my partner/wife/husband	*Kasama ko ang aking kapartner/asawa*
– with my family	*- ang aking pamily*
– with relatives	*- ang aking mga kamag-anak*
– with a friend/friends	*- ang aking kaibigan/mga kaibigan*
Are you married?	*May-asawa ka ba?*
Are you engaged?/ Do you have a steady boy/girlfriend?	*Ikakasal ka na ba?/May kasintahan ka ba?*
That's none of your business	*Wala ka na roon/Wala kang pakialam*
I'm married	*Ako ay may-asawa/Ako ay kasal*
I'm single	*Ako ay nagsosolo*
I'm not married	*Ako ay hindi kasal*
I'm separated	*Hiwalay ako*

I'm divorced (m./f.)	*Ako ay diborsiyado/a*
I'm a widow/widower (m./f.)	*Ako ay biyudo/a*
I live alone/ with someone	*Ako ay namumuhay na mag-isa/ Ako ay namumuhay na may kasama*
Do you have any children/grandchildren?	*Mayroon ba kayong mga anak/apo?*
How old are you?	*Ilang taon na kayo/Ilang taon ka na?*
How old is she/he?	*Ilang taon na siya?*
I'm...(years old)	*Ako ay...(taong gulang)*
She's/he's...(years old)	*Siya ay...(taong gulang)*
Where do you study/work?	*Saan ka nag-aaral/nagtatrabaho?*
I am studying at the University of the Philippines	*Nag-aaral ako sa Pamantasan ng Pilipinas*
What do you do for a living?	*Ano ang inyong hanapbuhay?/Ano ang inyong trabaho?*
I am working at a call center	*Nagtatrabaho ako isang call center*
I work in an office	*Nagtatrabaho ako sa opisina*
Do you work in the daytime or nighttime?	*Pang-umaga ka ba o panggabi?*
I work from midnight until early morning	*Nagtatrabaho ako mula hatinggabi hanggang madaling araw*
I'm an overseas worker	*Nagtatrabaho ako sa ibang bansa*
I'm a student	*Estudyante ako*
I'm unemployed	*Wala akong trabaho*
I'm retired	*Retirado ako*

I'm on a disability pension	*Ako ay may pensiyon sa pagkabaldado*
I'm a housewife	*Ako ay maybahay*
Do you like your job?	*Nagugustuhan mo ba ang iyong trabaho?*
Most of the time	*Karamihan ng oras*
Mostly I do, but I prefer vacations	*Sa karamihan, Oo, ngunit mas gusto ko ang bakasyon*

3.2 I beg your pardon?

I don't speak any/ I speak a little...	*Hindi ako nagsasalita ng.../ Nagsasalita ako ng kaunting...*
I'm American	*Ako ay Amerikano*
Do you speak English?	*Nagsasalita ba kayo ng Ingles?*
Is there anyone who speaks...?	*May nakapagsasalita ba ng...?*
I beg your pardon/What?	*Sandali po lamang/Ano?*
I don't understand	*Hindi ko maintindihan*
Do you understand me?	*Naiintindihan po ba ninyo ako?*
Could you repeat that, please?	*Pakiulit po lamang?*
Could you speak more slowly, please?	*Maaari po ba na magsalita kayo nang mas mabagal?*
What does that mean?/ that word mean?	*Ano ang ibig sabihin niyan?/ ng salitang iyan?*
It's more or less the same as...	*Mas o menos pareho lamang.../ humigit kumulang pareho ng...*
Could you write that down for me, please?	*Maaari po ba ninyong isulat iyan para sa akin?*

| Could you spell that for me, please? | *Maaari po ba ninyong ispelingin/ baybayin iyan para sa akin?* |
| Could you point that out in this phrase book, please? | *Pakituro po lamang ito sa aklat-parirala?* |

See also 1.9 Telephone alphabet

Just a minute, I'll look it up	*Sandali po lamang, Hahanapin ko*
I can't find the word/ the sentence	*Hindi ko makita ang salita/ ang pangungusap*
How do you say that in...?	*Paano ninyo sasabihin iyan sa...?*
How do you pronounce that?	*Paano ninyo bibigkasin iyan?*

3.3 Starting/ending a conversation

Could I ask you something?	*Maaari ba akong magtanong sa inyo?*
Excuse me/Pardon me	*Saglit po lamang/Sandali po lamang*
Could you help me please?	*Maaari po ba na tulungan ninyo ako?*
Yes, what's the problem?	*Oo, ano ang problema?*
What can I do for you?	*Ano ang magagawa ko para sa inyo?*
Sorry, I don't have time now	*Pasensiya, wala na akong panahon ngayon*
Do you have a light?	*May pansindi ba kayo?*
May I join you?	*Maaari ba akong sumali sa inyo?*
Could you take a picture of me/us?	*Maaari ba ninyong kunan ang aking retrato?*

Leave me alone	*Iwan mo akong mag-isa*
Get lost	*Alis diyan/Umalis ka riyan*
Go away or I'll scream	*Alis diyan kung hindi sisigaw ako*
That's enough!	*Tama na iyan!*

3.4 A chat about the weather

See also 1.5 The weather

It's so hot/cold today!	*Napakainit/Napakalamig ngayon!*
Isn't it a lovely day?	*Napaganda talaga ng araw?*
It's so windy/what a storm!	*Napakalakas ng hangin/talagang bagyo!*
All that rain/snow!	*Napakalakas ng ulan/niyebe!*
It's so foggy!	*Napakamaulap!*
Has the weather been like this for long?	*Matagal na ba na ganito ang panahon?*
Is it always this hot/ cold here?	*Lagi ba na ganito kainit/kalamig dito?*
Is it always this dry/ humid here?	*Lagi ba na tuyo/mamasa-masa dito?*

3.5 Hobbies

Do you have any hobbies?	*May libangan ba kayo?*
I like knitting/reading/ photography	*Gusto ko ang magniting/magbasa/ potograpiya*
I enjoy listening to music	*Nasisiyahan ako sa pakikinig ng musika*

I play the guitar/piano	*Naggigitara/nagpipiyano ako*
I like the cinema	*Gusto ko ang sine*
I like traveling/playing sports/going fishing/ going for a walk	*Gusto ko ang paglalakbay/paglalaro ng isport/pangingisda/paglalakad*
I often play video games	*Madalas akong maglaro ng videogames*
I love blogging/shopping	*Mahilig ako mag-blog/mag-shopping*

3.6 Invitations

Are you doing anything tonight?	*May gagawin ka ba ngayong gabi?*
Do you have any plans for today/this afternoon/ tonight?	*May plano ka ba ngayong araw/ ngayong hapon/ngayong gabi?*
Would you like to go out with me?	*Gusto mo ba na lumabas na kasama ako?*
Would you like to go dancing with me?	*Gusto mo ba na makipagsayaw sa akin?/Gusto mo ba na sumayaw?*
Would you like to have lunch/dinner with me?	*Gusto mo ba na mananghalian/ maghapunan na kasama ako?*
Would you like to come to the beach with me?	*Gusto mo ba na sumama sa akin sa dalampasigan?*
Would you like to come into town with us?	*Gusto mo ba na sumama sa amin sa bayan?*
Would you like to come and see some friends with us?	*Gusto mo ba na sumama sa amin at makita ang ilang kaibigan?*
Shall we dance?	*Maaari ba tayong magsayaw?*
– sit at the bar?	*– maupo sa bar?*

– get something to drink?	*- kumuha ng maiinom?*
– go for a walk/drive?	*- lumabas at maglakad/magdrayb?*
Yes, all right	*Oo, tayo na*
Good idea	*Mabuting ideya*
No, thank you	*Hindi, salamat sa iyo*
Maybe later	*Saka na*
I don't feel like it	*Wala akong gana*
I don't have time	*Wala akong panahon*
I already have a date	*Mayroon na akong ka-deyt/Mayroon na akong katagpuan*
I'm not very good at dancing/volleyball/swimming	*Hindi ako magaling sa pagsasayaw/balibol/paglalangoy*

3.7 Paying a compliment

You look great!	*Napakaganda mo!*
I like your car!	*Gusto ko ang iyong kotse.*
You are very nice	*Napakabait mo*
What a good boy/girl!	*Napakabuting bata!*
You're a good dancer	*Napakagaling mong mananayaw*
You're a very good cook	*Napakahusay mong magluto*
You're a good soccer/basketball player	*Nakapakagaling mong manlalaro ng saker/basketbol*
You are very helpful	*Napakamatulungin mo*
You are very smart	*Napakatalino mo*

3.8 Intimate comments/questions

I like being with you	*Gusto ko na laging kasama ka*
I've missed you so much	*Labis akong nasasabik sa iyo*
I dreamt about you	*Napapanaginipan kita*
I think about you all day	*Nasa-isip kita nang buong araw*
I've been thinking about you all day	*Laging naiisip kita sa buong araw*
I am falling for you	*Nahuhulog na ang loob ko sa iyo*
You have such a sweet smile	*Napakatamis ng iyong ngiti*
You have such beautiful eyes	*Napakaganda ng iyong mga mata*
I'm fond of you	*Kinagigiliwan kita*
I'm in love with you	*Umiibig ako sa iyo*
Are we official?	*Tayo na ba?*

3.9 Congratulations and condolences

Happy birthday/Many happy returns	*Maligayang kaarawan*
Please accept my condolences	*Nakikiramay po ako*
My deepest sympathy	*Lubos po akong nakikiramay sa inyo*

3.10 Arrangements

I'm in love with you too	*Umiibig din ako sa iyo*
I love you	*Mahal kita/Iniibig kita*

I love you too	*Mahal din kita/Iniibig din kita*
I don't feel as strongly about you	*Wala akong matinding nararamdaman para sa iyo*
I already have a girlfriend/boyfriend	*May kasintahan na ako*
I'm not ready for that	*Hindi pa ako handa para diyan*
I don't want to rush into it	*Hindi ko gustong magmadali*
Take your hands off me	*Alisin mo ang kamay mo sa akin*
Okay, no problem	*Okey, walang problema*
Will you spend the night with me?	*Sasama ka ba sa akin na matulog?/ Sisiping ka ba sa akin?*
I'd like to go to bed with you	*Nais kong matulog na kasama ka*
Only if we use a condom	*Kung gagamit lamang tayo ng kondom*
We have to be careful about AIDS	*Kailangang mag-ingat tayo tungkol sa AIDS*
That's what they all say	*Iyan ang sinasabi ng lahat*
We shouldn't take any risks	*Hindi tayo dapat sumuong sa panganib*
Do you have a condom?	*Mayroon ka bang kondom?*
No? Then the answer's no	*Wala? Kung gayon ang sagot ay hindi*
When will I see you again?	*Kailan kita muling makikita?*
Are you free over the weekend?	*Libre ka ba sa Sabado at Linggo?*
What's the plan, then?	*Ano ang balak mo?*
Where shall we meet?	*Saan tayo magkikita?*

Will you pick me/us up?	*Susunduin mo ba ako/kami?*
Shall I pick you up?	*Susunduin ba kita?*
I have to be home by...	*Kailangang makauwi ako ng bahay ng...*
I don't want to see you anymore	*Ayaw na kitang makita*

3.11 Being the host(ess)

See also 4 Eating out

Can I offer you a drink?	*Maaari ba na ikuha ko kayo ng inumin?*
What would you like to drink?	*Ano ang gusto ninyong inumin?*
Something non-alcoholic please	*Iyon pong walang alkohol*
Would you like a cigarette/cigar?	*Gusto ninyo ba ng sigarilyo/tabako?*
I don't smoke	*Hindi ako naninigarilyo*

3.12 Saying good-bye

Can I take you home?	*Maaari ba kitang ihatid sa inyong bahay?*
Can I write/call you?	*Maaari ba kitang sulatan/tawagan?*
Will you send me an e-mail/call me?	*Mag-iimail ka ba sa kain/tatawag ka ba sa akin?*
Can I have your address/ phone number?	*Maaari ba na ibigay mo sa akin ang iyong tirahan/numero ng telepono?*
Thanks for everything	*Salamat para sa lahat*

It was a lot of fun	*Napakasaya noon*
Say hello to…	*pakikumusta mo ako kay*
All the best	*Pagbati sa lahat*
Good luck	*Palarin ka sana*
When will you be back?	*Kailan ka babalik?*
I'll be waiting for you	*Maghihintay ako sa iyo/Hihintayin kita*
I'd like to see you again	*Nais kitang makitang muli*
Don't forget to add me on Facebook	*Huwag mo akong kalimutan i-add sa Facebook*
Let's chat online	*Mag-chat tayo online*
I hope we meet again soon	*Sana magkita pa tayo kaagad*
Here's our address. If you're ever in the United States…	*Narito ang aking tirahan. Kung nasa Estados Unidos ka…*
You'd be more than welcome	*Higit pa kitang tatanggapin*

4 Eating Out

4. Eating Out

● **In the Philippines** people usually have three main meals a day. *Almusal* (breakfast) is eaten between 7 am and 10 am. It generally consists of fried rice, dried fish (*tuyo*) or smoked fish (*tinapa*) or tapa (meat), fried eggs, and either coffee, tea, or ginger (*salabat*). Ordinary people usually have for their breakfast hot *pandesal* (salt bread) with coffee or *tsokolate* (hot chocolate). For those from the higher-earning income group, breakfast normally follows the Western pattern of bacon and eggs, toast, orange juice, and coffee or tea.

Tanghalian (lunch) is traditionally eaten at home or in the case of workers at small restaurants called *karenderiya* between 12 noon and 2 pm, and includes one or two hot dishes and boiled or fried rice. Lunch is considered the most important meal of the day. Many workers and students bring their own lunch provisions when they leave their homes or buy take-away food during the lunch break. Lunch usually consists of two or three courses, including a main course of a variety of meat or fish dishes with vegetables. During the afternoon break at 3 pm, cakes and local delicacies are usually eaten and on Sundays or festive occasions special home-cooked dishes are prepared and served.

Hapunan (dinner) is eaten between 7 pm and 9 pm and is a light meal, often including soup and dessert, and is usually taken with the entire family.

When dining, note that most restaurants and other eating places in the Philippines have a cover charge which includes service fee. Wherever you go, you will surely find a variety of local delicacies to try.

At the restaurant

I'd like to reserve a table for seven o'clock, please	*Nais ko po na magpareserba ng mesa sa ikapito ng umaga/gabi*

A table for two, please	*Pandalawahang mesa po*
We've/We haven't reserved	*Kami ay/Hindi kami nagpareserba*
Is the restaurant open yet?	*Bukas na ba ang restorant?*
What time does the restaurant open?/ What time does the restaurant close?	*Anong oras nagbubukas ang restoran?/Anong oras nagsasara ang restoran?*
Can we wait for a table?	*Maaari ba kaming maghintay ng mesa*
Do we have to wait long?	*Maghihintay pa ba tayo nang matagal?*
Is this seat taken?	*Mayroon bang nakaupo dito?*
Could we sit here/there?	*Maaari ba tayong maupo dito/doon*
Can we sit by the window?	*Maaari ba kaming maupo sa malapit sa bintana?*
Are there any tables outside?	*Mayroon bang mesa sa labas?*
Do you have another chair for us?	*Mayroon ba kayong dagdag na upuan para sa amin?*
Do you have a highchair?	*Mayroon ba kayong mataas na silya?*
Is there a socket for this bottle-warmer?	*Mayroon bang saket para sa pampainit ng boteng ito?*
Could you warm up this bottle/jar for me?	*Maaari ba na initin ninyo ang bote/garapon?*
Not too hot, please	*Huwag pong masyadong mainit*
Is there somewhere I can change the baby's diaper?	*May lugar ba na makapagpapalit ako ng lampin ng bata?*
Where are the restrooms?	*Nasaan ang pahingahan/banyo, palikuran/CR*
Is there WIFI in the restaurant?	*Mayroon bang WIFI dito sa restoran?*

May reserbasyon ba kayo?	Do you have a reservation?
Ano po ang pangalan?	What name please?
Tuloy po, dito po	This way, please
Ang mesang ito ay nakareserba	This table is reserved
Magkakaroon po kami ng bakanteng mesa sa loob ng labinlimang minuto	We'll have a table free in fifteen minutes
Maaari ba kayong maghintay?	Would you mind waiting?

4.2 Ordering

Waiter/Waitress!	*Weyter/Weytres!*
Madam!	*Ginang!/Misis!/Binibini!*
Sir!	*Ginoo!/Mister!*
We'd like something to eat/drink	*Gusto po namin ng makakain/ maiinom*
Could I have a quick meal?	*Maaari ba na bigyan ninyo ako ng mabilisang pagkain?*
We don't have much time	*Wala kaming sapat na panahon*
We'd like a drink first	*Gusto muna namin ng maiinom*
Could we see the menu/ wine list, please?	*Maaari ba naming makita ang menu/ listahan ng alak?*
Do you have a menu in English?	*May menu ba kayo sa Ingles?*
Do you have a dish of the day/a tourist menu?	*Mayroon ba kayong espesyal na pagkain ng araw/menu panturista?*
We haven't made a choice yet	*Hindi pa kami nakapamimili*

What do you recommend?	*Ano ang mairerekomenda ninyo?*
What are the local/ your specialties?	*Ano ang espesyal na putaheng lokal/ inyong mga espesyal na putahe?*
I don't like meat/fish	*Ayaw ko ng karne/isda*
What's this?	*Ano ito?*
Does it have...in it?	*Mayroon ba na...sa loob nito?*
Is it stuffed with...?	*Ito ba ay pinalamanan ng...?*
What does it taste like?	*Ano ang lasa nito?*
Is this a hot or cold dish?	*Ito ba ay mainit o malamig na pagkain?*
Is this sweet/hot/spicy?	*Ito ba ay matamis/mainit/maanghang?*
Do you have anything else, by any chance?	*Mayroon pa ba kayo ng ibang pagkain?*
I'm on a salt-free diet	*Walang asin ang pagkain ko*
I can't eat pork	*Hindi ako maaaring kumain ng karneng baboy*
I can't have sugar	*Hindi ako maaaring gumamit ng asukal*
I'm on a fat-free diet	*Walang taba ang pagkain ko*

Ano ang gusto mo?	What would you like?
Nakapagpasiya ka na ba?	Have you decided?
Nais mo bang uminom muna?	Would you like a drink first?
Ano ang gusto mong inumin?	What would you like to drink?
Naubusan na kami ng...	We've run out of…
Masiyahan kayo sa pagkain	Enjoy your meal
Okey ba ang lahat?	Is everything all right?
Maaari ko na bang linisin ang mesa?	May I clear the table?

I can't have spicy food	*Hindi ako maaaring kumain ng maanghang na pagkain*
We'll have what those people are having	*Bigyan mo kami ng kinakain ng mga taong iyon*
What is your favorite?	*Ano ang iyong paboritong?*
My favorite food is…	*Ang paborito kong pagkain ay…*
I'd like…	*Nais ko…*
Could I have some more bread, please?	*Maaari po ba na bigyan ninyo ako ng dagdag na tinapay?*
Could I have another bottle of water/wine, please?	*Maaari ba na bigyan ninyo pa ako ng isang bote ng tubig/alak?*
Could I have another portion of…, please?	*Maaari po ba na bigyan ninyo ako ng isa pang bahagi ng…?*
Could I have the salt and pepper, please?	*Maaari po ba na iabot ninyo sa akin ang asin at pimienta?*
Could I have a napkin, please?	*Maaari po ba na iabot ninyo sa akin ang napkin?*
Could I have a teaspoon, please?	*Maaari po ba na bigyan ninyo ako ng kutsarita?*
Could I have an ashtray, please?	*Maaari po ba na bigyan ninyo ako ng titisan/astrey?*
Could I have some matches, please?	*Maaari po ba na bigyan ninyo ako ng posporo?*
Could I have some toothpicks, please?	*Maaari po ba na bigyan ninyo ako ng palito?*
Could I have a glass of water, please?	*Maaari po ba na bigyan ninyo ako ng isang basong tubig?*
Could I have a straw, please?	*Maaari po ba na bigyan ninyo ako ng istrow/panghigop?*
Enjoy your meal	*Masiyahan kayo sa pagkain*

You too!	*Kayo rin!*
Cheers!	*Salamat!*
The next round's on me	*Ang susunod ay sa akin*
Could we have a doggy bag, please?	*Maaari po ba na bigyan ninyo ako ng supot?*

4.3 The bill

See also 8.2 Settling the bill

How much is this dish?	*Magkano ang pagkaing ito?*
Could I have the bill, please?	*Maaari po ba na kunin ang kuwenta?*
Do you accept credit cards?	*Tumatanggap ba kayo ng kredit kards?*
All together	*Lahat-lahat na*
Everyone pays separately/ let's go Dutch	*Kanya-kanyang bayad/KKB*
Could we have the menu again, please?	*Maaari po ba na ibigay ninyo uli sa amin ang menu?*
The...is not on the bill	*Ang...ay wala sa kuwenta*

4.4 Complaints

It's taking a very long time	*Ang tagal naman!*
We've been here an hour already	*May isang oras na kami rito*
This must be a mistake	*Maaaring pagkakamali ito*
This is not what I ordered	*Hindi ito ang aking inorder.*
I ordered...	*Ang hiniling ko ay...*

There's a dish missing	*May isang pagkaing wala rito*
This is broken/not clean	*Ito ay sira/hindi malinis*
The food's cold	*Malamig ang pagkain*
The food's not fresh	*Hindi sariwa ang pagkain*
The food's too salty/sweet/spicy	*Ang pagkain ay sobrang maalat/ matamis/maanghang*
The meat's too rare	*Hindi pa luto ang karne*
The meat's overdone	*Sobra ang pagkaluto ng karne*
The meat's tough	*Makunat ang karne*
The meat is off/has gone bad	*Ang karne ay sira/ay masama na*
Could I have something else instead of this?	*Maaari ba na bigyan ninyo ako ng iba rito?*
The bill/this amount is not right	*Ang kuwenta/ang halaga ay hindi tama*
We didn't have this	*Wala kami nito*
There's no toilet paper in the restroom	*Walang papel pangkubeta sa palikuran*
Will you call the manager, please?	*Pakitawag po lamang ninyo ang manedyer?*

4.5 Paying a compliment

That was a wonderful meal	*Napakasarap ng pagkaing iyan*
The food was excellent	*Ang pagkain ay napakahusay*
The...in particular was delicious	*Lalo na ang...ay napakasarap*

4.6 The menu

bayad sa serbisyo (kasama)
service charge (included)

dagdag na bayad
cover charge

ensalada
salad

ibon/manok
fowl

isda
fish

karne
meat

keso
cheese

keyk/panghimagas
cakes/desserts

liker (matapos ang kain)
liqueur (after dinner)

mga espesyalidad
specialities

mga gulay
side dishes/vegetables

pampagana
starter/hors d'oeuvres

pangunahing putahe
main course

miryenda
snacks

pasta
pasta

prutas
fruit

sabaw
soup

sorbetes
ice cream

tinapay
bread

unang putahe
first course

4.7 Alphabetical list of drinks and dishes

● **Avoid drinks** served with ice cubes. Bottled mineral water is readily available and local fruits are very refreshing. These include: *atis* (custard apple); *buko* (young coconut) *guyabano* (soursop); *kalamansi* (small green lemon-like fruit); *mangga* (mango); *milon* (melon); *pakwan* (water melon); *papaya* (papaya); *pasionaryo* (passion fruit); *pinya* (pineapple); *saging* (banana); and *suha* (giant pomelo-like fruit). San Miguel is a popular brand among beers (*serbesa*) and *Lambanog* is distilled coconut wine. *Tuba* is an alcoholic drink made from certain palms or sugarcane.

Filipino cuisine is a combination of Spanish, American, Chinese and Malay cooking, and every province has its own food specialty. In the ordinary *turo-turo* (to point) restaurants various appetizing foods are displayed and customers can point to what they want.

Adobo: meat cooked in vinegar with garlic, pepper and salt
Adobong pusit: cleaned squid cooked with coconut milk, vinegar and garlic, with the ink used as a special seasoning

Ampalaya con carne: sliced beef with bitter melon cooked with onions, garlic, soy sauce and sesame oil

Arroz caldo: thick rice chicken soup with onion, garlic, ginger and black pepper

Asado: a dish of meat roasted with condiments

Atsara: pickled fruit or vegetables

Bagoong: small fish or shrimps preserved in brine

Balut: duck's egg with developed embryo eaten as a delicacy

Bangus: milk fish cooked in various ways

Batchoy: a dish of chopped and sauted entrails of pigs with soup

Bulalo: a type of stew consisting of cow's shank and some condiments

Calamares fritos: fried squid

Caldereta: goat stew in cheese sauce

Crispy pata: fried pork knuckle, cooked by boiling with garlic, salt, pepper, bay leaf and vinegar, dried and then deep fried

Dinuguan: finely chopped offal (pork or chicken) roasted in fresh blood and seasoned with green peppercorns

Gambas al ajillo: shelled raw shrimps in olive oil, pepper, salt, paprika and a lot of garlic

Ginataan: any liquid recipe or confection made with coconut milk (gata)

Gulaman: a vegetable gelatine

Halo-Halo: crushed ice with milk, sugar, and preserved or fresh fruits

Inihaw: grilled fish or meat

Kare-Kare: stew of oxtail, beef shank, vegetables, onions and garlic

Kilawin: raw meat lightly roasted, marinated in vinegar and spices

Kinilaw: raw fish or cuttlefish marinated with spices

Lapu-Lapu ilnihaw: grilled grouper seasoned with salt, pepper, garlic and soy sauce

Lechon: roasted suckling pig served with a thick liver sauce

Lechon kawali: roasted pork seasoned with green papaya, ginger, vinegar and sugar

Lumpia: fried or fresh spring rolls filled with vegetables and meat

Lumpia Shanghai: small fried spring rolls filled with meat

Mami: noodle soup served with chicken or beef

Menudo: stew of liver pieces and chopped pork with potatoes, tomatoes, paprika and onions

Misua soup: rice noodle soup with beef, garlic and onions
Nilaga: soup with cabbage, potatoes and meat (either beef or pork)
Pancit Canton: thick noodles with pork, shrimps and vegetables
Pesang isda: a dish of fish cooked in ginger and rice water
   (hugas bigas), with vegetables and miso sauce
Pochero: stew of pork, chicken and beef, flavored with chorizo
   (sausage) and served with sweet potatoes and eggplant sauce
Pork apritada: pork dish baked with a sauce of tomato, onions,
   potatoes, pepperoni and garlic
Shrimp laing: a Bicol dish of shrimp cooked with gabi leaves,
   stalks, roots, spices and coconut milk
Sinigang: vegetable soup with fish or pork
Siopao: steamed bun with a filling of chicken, pork or sweet beans
Tahong: boiled or baked mussels in butter or other sauce
Talaba: fresh oyster soaked in vinegar and garlic
Tapa: cut fried beef served with raw onion rings
Tinola: stew of chicken, vegetables, ginger, onions and garlic

5 Getting Around

5. Getting Around

5.1 Asking directions

Excuse me, could I ask you something?	*Sandali po lamang, maaari po ba na magtanong?*
I've lost my way	*Naliligaw po ako*
Is there a...around here?	*Mayroon ba rito ng...?*
Is this the way to...?	*Ito ba ang patungo sa...?*
Could you tell me how to get to...?	*Maaari ba na sabihin ninyo sa akin kung paano pumunta sa...?*
What's the quickest way to...?	*Ano ang pinakamadaling daan patungo sa...?*
How many kilometers is it to...?	*Ilang kilometro ang papunta sa...?*
Could you point it out on the map?	*Maaari po ba na ituro ninyo ito sa mapa?*

Hindi ko alam, hindi ko alam ang lugar na ito	I don't know, I don't know my way around here
Mali ang iyong patunguhan	You're going the wrong way
Kailangang bumalik ka sa...	You have to go back to…
At mula doon ay sundan mo lamang ang mga pananda	From there on just follow the signs
Pagdating mo doon, magtanong ka uli	When you get there, ask again
Tuloy-tuloy ka	Go straight ahead
ang lansangan/kalye	the road/street
ang ilog	the river
Kumaliwa ka	Turn left

ang ilaw trapiko	the traffic light
ang daanan sa itaas	the overpass
Kumanan ka	Turn right
daan sa ilalim ng lupa	the tunnel
ang tulay	the bridge
Kumanan/Kumaliwa	Turn right/left
ang tandang 'magbigay'	the 'yield' sign
ang tawirang pahilig	the grade crossing
Sundan	Follow
ang gusali	the building
nakaturo ang tanda sa	the signs pointing to
Krus	Cross
sa kanto	at the corner
patunguhang karatula	the arrow
ang sangandaan	the intersection/crossroads

5.2 Traffic signs

bagalan
Slow Down

baradong kalye
Road Blocked

bawal dumaan/ bawal pumarada
No Passing/No Parking

bawal makisakay
No Hitchhiking

bawal pumasok
No Entry

isang daanan lamang
One Way

bayad na tol/buwis
Toll Payment

buksan ang ilaw sa harapan (sa tanel)
Turn on Headlights (in the tunnel)

daan pangkagipitan
Emergency Lane

daan sa ilalim ng lupa
Tunnel

magpalit ng linya
Change Lanes

papaliit na kalye
Narrowing In The Road

daanan ng asakyan
Driveway

estasyon ng gasolina
Service Station

hindi madaanan na tabing-daan
Impassable Shoulder

huwag harangan
Do not Obstruct

saradong kalye
Road Closed

tawirang pahilig
Grade Crossing

isla sa trapiko/ daanan ng pedestriyan
Traffic Island/ Pedestrian Walk

kalyeng nakasara
Road Closed

karapatan sa daan
Right of Way

karapatang daan sa dulo ng kalye
Right of way at End of Road

labasan
Exit

lagi sa kanan/ kaliwa
Keep Right/Left

lugar sa paghila
Tow-away Area

madaliang paradahan
Parking for a Limited Period

mag-ingat, bumabagsak na bato
Beware, Falling Rocks

malalaking trak
Heavy Trucks

mapanganib
Danger(ous)

mas mahabang daan
Detour

may bayad na garahe/reserbadong parking para...
Paying Carpark/ Parking Reserved For...

paggawa sa kalye
Road Works

paliko
Curves

parking disk (sapilitan)
Parking Disk (compulsory)

pinakamabilis na takbo
Maximum Speed

pinakamalawak na daanan
Maximum Headroom...

mag-ingat
Beware

pinamamahalaang paradahan
Supervised Parking

sangandaan/ salikupan
Intersection/ Crossroads

tigil/hinto
Stop

tulong sa kalye (serbisyo sa nasiraan)
Road Assistance (Breakdown Service)

uka-uka/hindi patag
Broken/Uneven Surface

ulan para...km
Rain for...Kms

walang daanan ng tao
No Pedestrian Access

walang likong kanan/kaliwa
No Right/Left Turn

lugar ng disk
Disk Zone

5.3 The car

See the diagram on page 67

● **Driving in the Philippines** is not terribly complicated as road signs are in English. An International Driving Permit is needed to drive in the country but your home driving license is also legally valid for 90 days. Traffic keeps to the right-hand side of the road and defensive driving is the norm, particularly along jeepney travel routes.

Experienced travelers describe driving in Manila as 'manic'. The usual speed limit is 40 kph in cities and 80 kph on the highways. Toll gates are found on both north-bound and south-bound carriageways. Seat belts are compulsory but this is rarely enforced.

5.4 The gas station

● **The cost of gas (petrol)** in the Philippines is low compared to European and American prices but higher than in other Southeast Asian countries such as Thailand and Indonesia. Oil companies such as Shell, Caltex and Petron all have gas stations throughout the country.

How many kilometers to the next gas station, please?	*Ilan po bang kilometro ang susunod na estasyon ng gasolina*
I would like...liters of	*Gusto ko ng...litro ng*
– super	*- super*
– leaded	*- may tingga/lided*
– unleaded	*- walang tingga/anlided*
– diesel	*- disel*
...peso worth of gas	*halagang...pisong gasolina*
Fill her up, please	*Punuin po ninyo*
Could you check...?	*Maaari ba na pakitsek...?*
– the oil level	*- ang dami ng langis*
– the tire pressure	*- ang puwersa ng gulong*
Could you change the oil, please?	*Maaari po ba na palitan ninyo ang langis?*

The parts of a car

(the diagram shows the numbered parts)

1	battery	*baterya*
2	rear light	*ilaw sa hulihan*
3	rear-view mirror	*salamin sa hulihan*
	backup light	*bakap na ilaw*
4	aerial	*antena*
	car radio	*radyo ng sasakyan*
5	gas tank	*tangke ng gasolina*
6	spark plugs	*ispark plag/buhiya*
	fuel pump	*bomba ng gatong*
7	side mirror	*salamin sa tagiliran*
8	bumper	*bamper*
	carburettor	*karburador*
	crankcase	*paikutang-sigunyal*
	cylinder	*silinder*
	ignition	*ignisyon*
	warning light	*babalang ilaw*
	generator	*dyenereytor*
	accelerator	*silinyador*
	handbrake	*prenong pangkamay*
	valve	*balbula*
9	muffler	*mapler*
10	trunk	*baul ng awto*
11	headlight	*ilaw sa unahan*
	crank shaft	*sigunyal*
12	air filter	*salaang hangin*
	fog lamp	*ilaw pang-usok*
13	engine block	*bloke ng makina*
	camshaft	*kamsyap*
	oil filter/pump	*salaang langis/bomba*
	dipstick	*panukat langis*
	pedal	*pidal*
14	door	*pinto*
15	radiator	*radyeytor*
16	brake disc	*prenong de plato/disk breyk*
	spare wheel	*reserbang gulong*
17	indicator	*indikador*
18	windshield	*salamin sa harap ng kotse*
	wiper	*wiper/pamunas*
19	shock absorbers	*syak absorber*
	sunroof	*bubong pang-araw*
	spoiler	*ispoyler*
20	steering column	*kolum ng manibela*
	steering wheel	*manibela*
21	exhaust pipe	*tambutso*

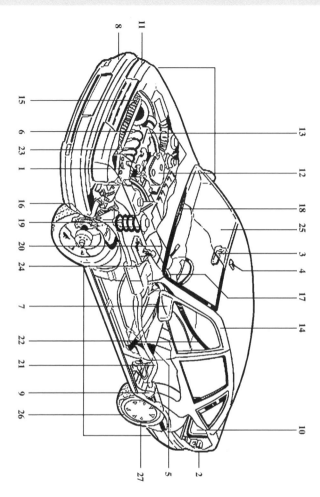

22	seat belt	sinturong pang-upuan
	fan	bentelador/elisi
23	distributor	disrtribyutor/tagapamahagi
	cables	kable
24	gear shift	kabitang engranahe
25	windshield	salamin sa harap ng kotse
	water pump	bomba ng tubig
26	wheel	gulong
27	hubcap	habkap
	piston	piston

| Could you clean the windshield, please? | *Maaari po ba na linisin ninyo ang salamin sa harap ng kotse?* |
| Could you wash the car, please? | *Maaari po ba na hugasan ninyo ang sasakyan?* |

5.5 Breakdowns and repairs

I have broken down, could you give me a hand?	*Nasiraan ako, maaari ba na tulungan ninyo ako?*
I have run out of gas	*Naubusan ako ng gasolina*
I've locked the keys in the car	*Naiwan ko ang susi sa loob ng sasakyan*
The car/motorcycle won't start	*Ayaw umandar ng saskayan/ motorsiklo*
Could you contact the breakdown service for me, please?	*Maaari po ba na tawagan ninyo ang serbisyo sa sirang kotse?*
Could you call a garage for me, please?	*Maaari po ba na tawagan ninyo ang talyer?*
Could you give me a lift to...	*Maaari ba ninyo akong iangkas patungo sa...*
– to the nearest garage?	*– sa pinakamalapit na talyer?*
– to the nearest town?	*– sa pinakamalapit na bayan?*
– to the nearest telephone booth?	*– sa pinakamalapit na silid ng telepono?*
– to the nearest emergency phone?	*– sa pinakamalapit na teleponong pangkagipitan?*
Can we take my moped?	*Maaari ba nating dalhin ang aking makina?*
Could you tow me to a garage?	*Maaari ba ninyong hilahin ako sa talyer?*

There's probably something wrong with... (See pages 66–67)	*Siguro may sira ang...*
Can you fix it?	*Maaari ba ninyong ayusin ito?*
Could you fix my tire?	*Maaari ba ninyong ayusin ang aking gulong?*
Could you change this wheel?	*Maaari ba ninyong palitan ang gulong na ito?*
Can you fix it so it'll get me to...?	*Maaari ba na ayusin ninyo upang makarating ako sa...?*
My wheel has a hole, can you pump it up with air?	*May butas ang gulong ko, paki bombahan naman ng hangin.*
Which garage can help me?	*Alin ang talyer na makakatulong sa akin?*
When will my car/bicycle be ready?	*Kailan maihahanda ang aking kotse/ bisekleta?*
Have you already finished?	*Natapos mo na ba?*
Can I wait for it here?	*Maaari ba na hintayin ko ito dito?*
How much will it cost?	*Magkano ang magiging gastos?*
Could you itemize the bill?	*Maaari ba na isa-isahin mo ang kuwenta?*
Could you give me a receipt for insurance purposes?	*Maaari ba na bigyan ninyo ako ng resibo para sa seguro?*

5.6 Motorcycles and bicycles

See the diagram on page 71

● **Bicycle tracks** are rare in the Philippines and it is dangerous to ride a bicycle on the busy streets. Bikes can be hired in some cities, but little consideration should be expected from other road

The parts of a motorcycle/bicycle

(the diagram shows the numbered parts)

1	rear light	*ilaw sa hulihan*
2	rear wheel	*gulong sa hulihan*
3	(luggage) carrier	*lalagyan ng bagahe*
4	fork	*tinidor*
5	bell	*batingting*
	inner tube	*tubong panloob*
	tire	*goma/gulong*
6	peddle crank	*pedol krank*
7	gear change	*pagpalit ng engranahe*
	wire	*alambre*
	generator	*dyinereytor*
	bicycle trailer	*treyler ng bisikleta*
	frame	*kaha*
8	wheel guard	*proteksiyon ng gulong*
9	chain	*kadena*
	chain guard	*proteksiyon ng kadena*
	odometer	*odometro*
	child's seat	*upuang pambata*
10	headlight	*ilaw sa unahan*
	bulb	*bombilya*
11	pedal	*pidal*
12	pump	*bomba*
13	reflector	*replektor*
14	brake shoe	*pamigil ng preno*
15	brake cable	*kable ng preno*
16	anti-theft device	*pangkontra sa magnanakaw*
17	carrier straps	*sinturong pangkargamento*
	tachometer	*takomiter*
18	spoke	*ispok*
19	mudguard	*proteksiyon sa putik*
20	handlebar	*manibela ng bisekleta*
21	chain wheel	*kadena ng gulong*
	toe clip	*pansalo ng paa*
22	crank axle	*krank aksel*
	drum brake	*dram ng preno*
23	rim	*rim*
24	valve	*balbula*
25	gear cable	*kable ng engranahe*
26	fork	*tinidor*
27	front wheel	*unahang gulong*
28	seat	*upuan*

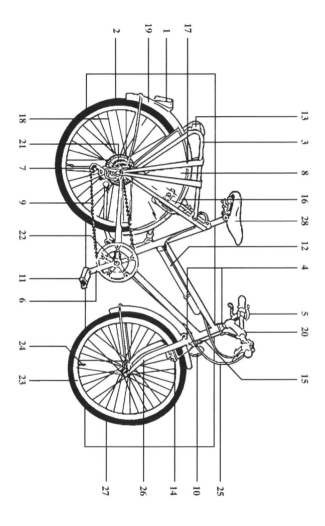

users. Travel by bicycle, however, in less visited areas in the provinces is worth a try and considered by many as pleasant along coastal and mountain roads. There are mountain bikes for hire that your lodging can arrange. Crash helmets are compulsory but rarely enforced; this should be checked when you arrive.

Wala akong piyesa ng iyong sasakyan/bisekleta	I don't have parts for your car/ bicycle
Kailangang kumuha ako ng piyesa mula sa iba	I have to get the parts from somewhere else
Kailangang bilhin ko pa ang piyesa	I have to order the parts
Aabutin ng kalahating araw ito	That'll take half a day
Aabutin ng isang araw	That'll take a day
Aabutin ng ilang araw	That'll take a few days
Aabutin ng isang linggo	That'll take a week
Sira na ang sasakyan ninyo	Your car is a write-off
Hindi na ito maaaring kumpunihin	It can't be repaired
Ang sasakyan/motorsiklo/ makina/bisekleta ay maaari na sa... ng...oras	The car/motorcycle/moped/ bicycle will be ready at... o'clock

● A tricycle is commonly used for short distance travel, usually within a locale/village. It is a recommended transport vehicle option for narrow roads that are inaccessible to cars and vans. Visitors of tourist spots like Boracay widely use tricycles to take them from one pier to another and to their respective hotels.

 Renting a vehicle

I'd like to rent a...	*Gusto kong umupa ng...*
Do I need a special license for that?	*Kailangan ko ba ng espesyal na lisensiya para dito?*

I'd like to rent the...for...	*Gusto kong upahan ang...para sa...*
the...for a day	*ang...para sa buong araw*
the...for two days	*ang...para sa dalawang araw*
How much is that per day/week?	*Magkano ang bawat araw/linggo?*
How much is the deposit?	*Magkano ang deposito?*
Could I have a receipt for the deposit?	*Maaari ba na kunin ang resibo ng deposito?*
How much is the surcharge per kilometer?	*Magkano ang dagdag-bayad sa bawat kilometro?*
Does that include gas?	*Kasama ba nito ang gasolina?*
Does that include insurance?	*Kasama ba nito ang seguro?*
What time can I pick the...up?	*Anong oras ko maaaring kunin ang..?*
When does the...have to be back?	*Kailan ba kailangang ibalik ang...?*
Where's the gas tank?	*Saan ang tangke ng gasolina?*
What sort of fuel does it take?	*Anong klaseng gatong ang kailangan nito?*

5.8 Hitchhiking

Where are you heading?	*Saan ang iyong patunguhan?*
Can you give me a lift?	*Maaari ba na iangkas mo ako?/ Maaari ba na makiangkas?*
Can my friend come too?	*Maaari ba na sumama pati ang kaibigan ko?*
I'd like to go to...	*Gusto kong pumunta sa...*

Is that on the way to...?	*Iyan ba ay patungo sa...?*
Could you drop me off...?	*Maaari ba na ibaba mo ako sa...?*
Could you drop me off here?	*Maaari ba na itigil mo ako rito?*
– at the entrance to the highway?	*- sa pasukan ng haywey?*
– in the center?	*- sa gitna?*
– at the next intersection?	*- sa susunod na krosing?*
Could you stop here, please?	*Maaari po ba kayong tumigil dito?*
I'd like to get out here	*Gusto kong bumaba dito*
Thanks for the lift	*Salamat sa angkas*

6 Arrival and Departure

6. Arrival and Departure

6.1 General

● **Public transportation** in the Philippines is available by land (train and Metrorail, bus, jeepney, taxi, tricycle), sea (boat, ferry and fastcraft) and air (Philippine Air Lines and other domestic carriers such as Air Philippines and Cebu Pacific). Public transport vehicles are normally overcrowded, and in particular the ferries plying the waters between islands can be unsafe.

Major bus companies provide travel services covering the entire Philippines from Luzon in the north to Mindanao in the south. Bus tickets can be bought at terminals, and for the major routes between Metro Manila and the neighboring provinces, can be purchased from the bus conductors.

The most popular mode of transport is the jeepney. It is efficient, hassle-free and cheap despite perennial traffic jams in the metropolis.

Ang [oras] ng biyahe ng tren sa...ay naantala ng (halos)...minuto.	The [time] train to...has been delayed by (about)...minutes
Ang tren patungo sa...ay parating na sa plataporma...	The train to...is now arriving at platform...
Ang tren mula sa...ay parating na sa plataporma...	The train from...is now arriving at platform...
Ang tren patungo sa...ay aalis mula sa plataporma...	The train to...will leave from platform...
Ngayon, ang pang[oras] na tren patungo sa...ay aalis mula sa plataporma...	Today the [time] train to...will leave from platform...
Ang susunod na estasyon ay...	The next station is...

Where does this train go to?	*Saan patungo ang tren na ito?*
Does this boat go to...?	*Ang bangka ba na ito ay patungo sa...?*
Can I take this bus to...?	*Maaari ba akong sumakay sa bus na ito patungo sa...?*
Does this train stop at...?	*Ang tren ba na ito ay titigil sa...?*
Is this seat taken/free/reserved?	*Ang upuan ba na ito ay okupado/bakante/nakareserba?*
I've reserved...	*Nagpareserba ako...*
Could you tell me where	*Maaari ba na sabihin ninyo sa akin*
I have to get off for...?	*kung saan ako bababa para sa...?*
Could you let me know when we get to...?	*Maaari ba na sabihin ninyo sa akin pagdating natin sa...?*
Could you stop at the next stop, please?	*Maaari ba na huminto kayo sa susunod na hintuan?*
Where are we?	*Nasaan na tayo?*
Do I have to get off here?	*Kailangan ba na bumaba ako rito?*
Have we already passed...?	*Naraanan na ba natin ang...?*
How long have I been asleep?	*Gaano katagal akong naidlip?*
How long does the train stop here?	*Gaano katagal hihinto ang tren dito?*
Can I come back on the same ticket?	*Maaari ba akong bumalik na gamit ang parehong tiket?*
Can I change on this ticket?	*Maaari ba na magpalit sa tiket na ito?*
How long is this ticket valid for?	*Hanggang kailan ang bisa ng tiket na ito?*

How much is the extra fare for the high speed train?

Magkano ang dagdag na bayad para sa matuling tren?

6.2 Immigration/customs

● **All visitors** require a valid passport. Except for citizens of Hong Kong SAR and holders of Taiwan passports, who must have special permits, most foreign citizens may enter the country without a visa for a stay of less than 21 days, or can obtain a visa for a stay of up to 59 days from Philippine consulates and embassies abroad. Proof of an onward ticket to leave the country is normally needed.

A Baggage and Currency Declaration Form must be signed and presented to the customs examiner at the airport. The only restriction on the import of currency is that foreign currencies in excess of US$3,000 must be declared at the counter of the Central Bank of the Philippines at the airport. Departing passengers may not take out more than P1,000 in local currency or exceed the amount of foreign currency brought into the country.

Articles allowed free of duty include two bottles of alcoholic beverages of not more than 1 liter each, 400 cigarettes or two tins of smoking tobacco, and other personal effects not exceeding a total maximum value of US$500. Any item exceeding the maximum value is subject to seizure, while certain articles such as wireless and cordless telephones, animals, fish, plants, copying machines and computers need permits or clearances from relevant government offices. Firearms and related items, printed subversive, obscene or pornographic materials, and drugs or substances for abortion are prohibited articles. Underage travelers are not allowed to import alcohol or tobacco.

Ang berdeng kard po lamang ninyo

Your green card, please

Ang inyo pong bisa	Your visa, please
Ang mga dokumento po lamang ng inyong sasakyan	Your vehicle documents, please
Ang pasaporte po lamang ninyo	Your passport, please
Gaano katagal ang inyong pagtigil?	How long are you planning to stay?
Mayroon ba kayong dapat ideklara?	Do you have anything to declare?
Saan kayo patutungo?	Where are you going?
Pakibuksan po lamang ito	Open this, please

My children are entered on this passport	Ang aking mga anak ay nasa pasaporteng ito
I'm traveling through	Ako ay lampasang maglalakbay
I'm going on vacation to...	Ako ay magbabakasyon sa...
I'm on a business trip	Ako ay nasa biyaheng pangnegosyo
I don't know how long I'll be staying	Hindi ko alam kung gaano ang tagal ng aking pagtigil
I'll be staying here for a weekend	Titigil ako rito nang Sabado at Linggo
I'll be staying here for a few days	Titigil ako rito nang ilang araw
I'll be staying here a week	Titigil ako rito nang isang linggo
I'll be staying here for two weeks	Titigil ako rito nang dalawang linggo
I've got nothing to declare	Wala akong idedeklara
I have...	Mayroon akong...
– a carton of cigarettes	- isang karton ng sigarilyo
– a bottle of...	- isang bote ng...
– some souvenirs	- ilang subenir

These are personal items	*Ang mga ito ay gamit pansarili/ personal*
These are not new	*Ang mga ito ay hindi bago*
Here's the receipt	*Ito ang resibo*
This is for private use	*Ito ay pansariling gamit*
How much import duty do I have to pay?	*Magkano ang buwis sa pag-angkat ang dapat kong bayaran?*
May I go now?	*Makaaalis na ba ako?*
Porter!	*Portero!*

6.3 Luggage

Could you take this luggage to...?	*Maaari ba na dalhin mo ang bagaheng ito sa...?*
How much do I owe you?	*Magkano ang ibabayad ko?*
Where can I find a cart?	*Saan ako makakakuha ng kareton?*
Could you store this luggage for me?	*Maaari ba na itago ninyo ang aking bagahe?*
Where are the luggage lockers?	*Nasaan ang mga lalagyan ng bagahe?*
I can't get the locker open	*Hindi ko mabuksan ang lalagyan ng bagahe?*
How much is it per item per day?	*Magkano ang bayad sa bawat bagahe isang araw?*
This is not my bag/suitcase	*Hindi ito ang aking bag/maleta*
There's one item/bag/ suitcase missing	*Mayroong isang maleta/bag na nawawala*
My suitcase is damaged	*Ang aking maleta ay nasira*

6.4 Questions to passengers

Ticket types

Primera o segunda klase?	I First or second class?
Isang biyahe o balikan?	One way or roundtrip?
Naninigarilyo o hindi naninigarilyo?	Smoking or nonsmoking?
Upuan sa may bintana?	Window seat?
Sa harapan o likuran (ng tren)?	Front or back (of train)?
Upuan o kamarote?	Seat or berth?
Itaas, gitna o sa ibaba?	Top, middle or bottom?
Ekonomi o primera klase?	Economy or first class?
Kamarote o upuan?	Cabin or seat?
Solo o may kasama?	Single or double?
Ilan ang maglalakbay?	How many are traveling?

Destination

Saan ka pupunta?	Where are you traveling?
Kailan ka aalis?	When are you leaving?
Ang iyong...ay aalis sa...	Your...leaves at...
Kailangang magpalit ka	You have to change
Kailangang bumaba ka sa...	You have to get off at...
Kailangang pumunta ka sa pamamagitan nang...	You have to go via....
Ang paluwas na biyahe ay sa...	The outward journey is on...
Ang pabalik na biyahe ay sa...	The return journey is on...
Kailangang nakasakay ka na nang... (oras)	You have to be on board by... (o'clock)

Arrival and Departure

6

Inside the vehicle

Patingin po lamang ng tiket	Tickets, please
Ang reserbasyon po ninyo	Your reservation, please
Ang pasaporte po lamang	Your passport, please
Kayo ay nasa maling upuan	You're in the wrong seat
Nagkamali kayo/Kayo ay nasa maling...	You have made a mistake/You are in the wrong...
Ang upuang ito ay reserbado	This seat is reserved
Kailangang magbayad kayo ng dagdag	You'll have to pay extra
Ang...ay huli nang...minuto	The...has been delayed by... minutes

6.5 Tickets

Where can I...	*Saan ako maaaring...*
– buy a ticket?	*- bumili ng tiket?*
– reserve a seat?	*- magpareserba ng upuan?*
– reserve a flight?	*- magpareserba ng paglipad sa eroplano?*
Could I have...for... please?	*Maaari po ba na...para...*
A single to...please	*Isang tiket po patungo sa...?*
A return ticket, please	*Isa pong balikang tiket*
first class	*primera klase*
second class	*segunda klase*
economy class	*klaseng ekonomi*

I have an e-ticket	*Mayroon akong e-tiket*
Here is my reservation number	*Heto ang numero ng reserbasyon ko*
I'd like to reserve a seat/berth	*Gusto kong magpareserba ng upuan/ kamarote*
I'd like to reserve a top/ middle/bottom berth in the sleeping car	*Gusto kong mapareserba sa itaas/ sa gitna/sa ibabang kamarote ng kotseng tulugan*
smoking/nonsmoking	*naninigarilyo/hindi naninigarilyo*
by the window	*sa may bintana*
single/double	*solo/doble*
at the front/back	*sa harapan/sa likuran*
– aisle seat	*upuan na malapit sa daanan*
There are...of us	*Mga...kami*
We have a car	*Mayroon kaming sasakyan*
We have a trailer	*Mayroon kaming treyler*
We have...bicycles	*Mayroon kaming...bisikleta*
I have a pacemaker	*Mayroon akong peysmeyker*
Do you have a...	*Mayroon ba kayong isang...*
– travel card for 10 trips?	*- kard para sa sampung biyahe?*
– weekly travel card?	*- lingguhang kard sa pagbiyahe?*
– monthly season ticket?	*- buwanang tiket?*
Here is my boarding pass	*Heto ang bording pas ko.*
Where's...?	*Saan...?*
Where's the information desk?	*Saan ang mesang pangimpormasyon?*

6.6 Information

Where can I find a schedule?	*Saan maaaring kumuha ng iskedyul?*
Where's the...desk?	*Saan ang mesang...?*
Do you have a city map with the bus routes on it?	*May mapa ba kayo ng lungsod na may ruta ng bus?*
Do you have a schedule?	*May iskedyul ba kayo?*
I'd like to confirm/cancel/change my reservation for/trip to...	*Gustong kong tiyakin/kanselahin/palitan ang aking reserbasyon para/biyahe patungo sa...*
I'd like to go to...	*Gusto kong pumunta sa...*
What is the quickest way to get there?	*Ano ang pinakamadaling daan papunta roon?*
How much is a single/return to...?	*Magkano ang solong tiket/balikan patungo sa...?*
Do I have to pay extra?	*Magbabayad ba ako ng dagdag?*
Can I break my journey with this ticket?	*Maaari ba na putulin ko ang aking biyahe sa tiket na ito?*
How much luggage am I allowed?	*Ilang bagahe ang pinapayagan?*
Is this a direct train?	*Ito ba ay tuwirang biyahe ng tren?*
Do I have to change?	*Kailangang ba akong magpalit ng tren?*
Where?	*Saan?*
Does the plane stop anywhere?	*Ang eroplano ba ay hihinto kahit saan?*
Will there be any stopovers?	*Magkakaroon ba ng mga pagtigil?*
Does the boat stop at any other ports on the way?	*Ang barko ba ay dadaung sa mga daungan na daraanan?*

Does the train/bus stop at...?	*Ang tren/bus ba ay titigil sa...?*
Where do I get off?	*Saan ako bababa?*
Is there a connection to...?	*May konekisyon ba na patungo sa...?*
How long do I have to wait?	*Gaano katagal akong maghihintay?*
When does...leave?	*Kailan... aalis?*
What time does the first/next/last...leave?	*Anong oras ang una/susunod/ huling... aalis?*
How long does...take?	*Gaano katagal ang...?*
What time does...arrive in...?	*Anong oras... darating sa...?*
Where does the...to... leave from?	*Saan magmumula ang...patungo sa...?*
Is this the train/ bus...to...?	*Ito ba ang tren/bus... patungo sa...?*

6.7 Airports

● **Most travelers** arrive in the Philippines via Ninoy Aquino International Airport (NAIA) in Manila. From here it is convenient to travel to outlying provinces and islands via the domestic carriers.

internasyonal international	*pag-alis* departures	*kuhanan ng bagahe* baggage claim
lokal na biyahe domestic flights	*pagdating* arrivals	*kuhanan ng mga bagahe sa paliparan* baggage carousel
seguridad security	*bayad sa terminal* terminal fee	
pases para sa pagsakay boarding pass	*pasukan* check-in	*tsekpoint para sa seguridad* security checkpoint

6.8 Trains

● **Train travel** in the Philippines is convenient. Philippines now operates the Light Railway Transit (LRT) and the Metro Railway Transit (MRT) that circumnavigates Metro Manila. It is currently the most used form of transportation in the Philippines.

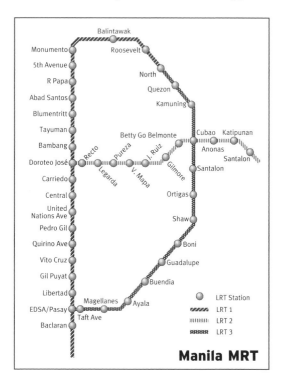

Manila MRT

6.9 Taxis

● **There are plenty of taxis** in cities within the Metro Manila area and major cities in the provinces. They are not expensive, but taxi drivers, particularly in Manila, often have a poor reputation for service. Taxis can be found at stands, especially at train and bus terminals, and in front of big hotels. Rates vary, and check for airport surcharges. The more popular alternative is the jeepney.

himpilan ng taksi	*okupado*	*bakante*
taxi stand	occupied	vaccant

Taxi!	*Taksi!*
Could you get me a taxi, please?	*Maaari po ba na ikuha ninyo ako ng taksi?*
Where can I find a taxi around here?	*Saan ako makakakuha ng taksi dito?*
Could you take me to..., please?	*Maaari ba na dalhin ninyo ako sa...?*
Could you take me to this address, please?	*Maaari po ba na dalhin ninyo ako sa direksiyong ito?*
– to the...hotel, please	*- sa...otel po lamang*
– to the town/city center, please	*- sa kabayanan po lamang*
– to the station, please	*- sa estasyon po lamang*
– to the airport, please	*- sa paliparan po lamang*
– to the seaport/pier, please	*sa piyer po lamang*
How much is the trip to...?	*Magkano ang bayad patungo sa...?*
How far is it to...?	*Gaano ang layo nito sa...?*
Could you turn on the meter, please?	*Maaari po ba na paandarin ninyo ang metro?*
I'm in a hurry	*Nagmamadali ako*
Could you speed up/slow down a little?	*Maaari po ba na tulinan/bagalan ninyo nang kaunti?*

Could you take a different route?	*Maaari po ba kayong dumaan sa ibang ruta?*
I'd like to get out here, please	*Gusto ko na pong bumaba dito*
Go…	*Patungo…*
You have to go...here	*Kailangang pumunta...dito*
Go straight ahead	*Deretso po lamang*
Turn left	*Liko sa kaliwa*
Turn right	*Liko sa kanan*
This is it/We're here	*Ito na/Nandito na tayo*
Could you wait a minute for me, please?	*Maaari po ba na maghintay kayo ng sandali?*

7 A Place to Stay

7. A Place to Stay

7.1 General

● **There is a great variety** of accommodations available to travelers in the Philippines. Prices vary according to location and amenities. First-class hotels can be awarded up to five stars, while a mid-range hotel will usually be one to three stars. Experienced travelers have found that cheaper rooms in a mid-range establishment are kinder to the pocket while still allowing for a safe and comfortable stay.

Motels are usually cheaper in comparison but are strongly associated with the 'love motels' used by patrons engaging in illicit affairs. The youth hostel in Manila is good value for money and there are a few others strategically located in the Metro Manila area.

Rental accommodations may be expensive, but service apartments are becoming popular and convenient among tourists. The tourism department has a Homestay Program in 15 destinations outside Manila which offers visitors the comfort of modest homes and an insight into Philippine life. Accommodations including the provision of meals are also available.

Gaano katagal kayo titigil?	How long will you be staying?
Punuan po lamang ang pormang ito	Fill out this form, please
Maaari po ba na makita ang inyong pasaporte?	Could I see your passport?
Kailangan ko po ng deposito	I'll need a deposit
Kailangang magbayad muna kayo	You'll have to pay in advance

My name is...	*Ang pangalan ko ay...*
I've made a reservation	*May reserbasyon ako*

How much is it per night/week/ month?	*Magkano ang isang gabi/linggo/buwan?*
We'll be staying at least...nights/weeks	*Titigil kami nang...na gabi/linggo man lamang*
We don't know yet	*Hindi pa po namin alam*
Do you allow pets (cats/dogs)?	*Pinapayagan ba ang alagang hayop (pusa/aso)?*
What time does the gate/door open/close?	*Anong oras nagbubukas/nagsasara ang tarangkahan/pintuan?*
Could you get me a taxi, please?	*Maaari po ba na ikuha ninyo ako ng taksi?*
Is there any mail for me?	*May sulat ba ako?*

7.2 Hotels/B&Bs/apartments/hostels

What are the amenities of the hotel?	*Anu-ano ang mga amenitis ng otel?*
Do you have a single/double room available?	*Mayroon ba kayong solong/dobleng silid na magagamit?*
per person/per room	*bawat tao/bawat silid*
Does that include breakfast/lunch/dinner?	*Kasama ba nito ang agahan/tanghalian/hapunan?*
Could we have two adjoining rooms?	*Maaari ba naming gamitin ang dalawang magkaratig na silid?*
with/without toilet/bath/shower	*mayroon/walang kubeta/banyo/shawer*
facing the street	*nakaharap sa kalye*
at the back	*sa likuran*
with/without sea view	*mayroon/walang tanawing dagat*
Is there...in the hotel?	*Mayroon ba sa otel ng...?*

Ang kubeta at ang shawer ay nasa parehong palapag/ sa loob ng kuwarto	The toilet and shower are on the same floor/in the room
Dito po lamang	This way please
Ang inyong silid/kuwarto ay nasa...palapag, numero...	Your room is on the...floor, number...

Is there an elevator in the hotel?	*May elebeytor ba sa otel?*
Is there a computer and a printer, where I can print my e-ticket?	*Mayroon bang kompyuter at printer, kung saan maaari akong magprint ng e-ticket ko?*
Do you have room service?	*May serbisyo ba kayo sa kuwarto?*
Could I see the room?	*Maaari ba na makita ko ang kuwarto?*
I'll take this room	*Kukunin ko ang kuwartong ito*
We don't like this one	*Hindi namin gusto ito*
Do you have a larger/ less expensive room?	*Mayroon ba kayong mas malaki/mas murang silid?*
Could you put in a cot?	*Maaari ba kayong maglagay ng teheras?*
What time's breakfast?	*Ano ang oras ang almusal?*
Where's the dining room?	*Saan ang kainan?*
Can I have breakfast in my room?	*Maaari ba akong mag-almusal sa aking silid?*
Where's the emergency exit/fire escape?	*Nasaan ang pangkagipitang labasan/ takasan sa sunog?*
Where can I park my car (safely)?	*Saan ko maaaring igarahe ang aking sasakyan (ligtas)?*
The key to room..., please	*Ang susi po ng silid bilang...*

Is there someone who can help me carry my luggage?	*Mayroon bang maaaring tumulong na magbuhat ng aking mga bagahe?*
Could you put this in the safe, please?	*Maaari po ba na ilagay ninyo ito sa kaha?*
Could you wake me at...tomorrow?	*Maaari ba ninyong gisingin ako bukas ng...?*
Could you find a babysitter for me?	*Maaari ba kayong kumuha ng tagapag-alaga ng bata para sa akin?*
Could I have an extra blanket?	*Maaari ba na makahingi ng dagdag na blanket?*
What days do the cleaners come in?	*Anong araw dumarating ang mga maglilinis?*
When are the sheets/towels/dish towels changed?	*Kailan papalitan ang kumot/tuwalya/maliit na tuwalya?*
Are there nearby attractions or restaurants?	*Mayroon bang malapit na pasyalan o kainan?*

 Complaints

We can't sleep for the noise	*Hindi kami makatulog dahil sa ingay*
Could you turn the radio down, please?	*Maaari po ba na hinaan ninyo ang radyo?*
We're out of toilet paper	*Wala na kaming papel sa kubeta*
There aren't any.../ there's not enough...	*Wala na.../hindi sapat...*
The bed linen's dirty	*Ang linen ng kama ay marumi*
The room hasn't been cleaned	*Ang silid ay hindi pa nililinis*

The kitchen is not clean	*Ang kusina ay hindi malinis*
The kitchen utensils are dirty	*Ang mga kubyertos ay marumi*
The heating isn't working	*Ang pang-init ay hindi gumagana*
There's no hot water/electricity	*Walang mainit na tubig/kuryente*
...doesn't work/is broken	*...hindi gumagana/sira*
Could you have that seen to?	*Maaari ba na patingnan ninyo ito?*
Could I have another room/site?	*Maaari ba na bigyan ninyo ako ng ibang silid/lugar?*
The bed creaks terribly	*Ang kama ay masyadong ngumalangitngit*
The bed sags	*Ang kama ay lumulundo*
Could I have a board under the mattress?	*Maaari ba na lagyan ninyo ng tabla ang ilalim ng kutson?*
It's too noisy	*Napakaingay nito*
There are a lot of insects/bugs	*Maraming insekto/surot*
This place is full of mosquitos	*Maraming lamok sa lugar na ito*
– cockroaches	*- ipis*

7.4 Departure

See also 8.2 Settling the bill

| I'm leaving tomorrow | *Aalis ako bukas* |
| Could I pay my bill, please? | *Maaari po ba na bayaran ang aking kuwenta?* |

What time should we check out?	*Anong oras kami dapat umalis?*
Could I have my deposit/passport back, please?	*Maaari po ba na ibalik ang aking deposito/pasaporte?*
We're in a big hurry	*Kami ay talagang nagmamadali*
Could you forward my mail to this address?	*Maaari ba na ipadala ninyo ang aking sulat sa direksiyong ito?*
Could we leave our luggage here until we leave?	*Maaari ba na iwan namin dito ang aming mga bagahe hanggang kami ay umalis?*
Thanks for your hospitality	*Maraming salamat sa inyong mabuting pagtanggap*

Camping/backpacking

See the diagram on page 97

Maaari kayong pumili ng inyong lugar	You can pick your own site
Bibigyan kayo ng sariling lugar	You'll be allocated a site
Ito ang numero ng inyong lugar	This is your site number
Pakidikit lamang ito nang madiin sa inyong sasakyan	Please stick this firmly to your car
Huwag ninyong iwawala ang kard na ito	You must not lose this card

Where's the manager?	*Saan ang manedyer?*
Are we allowed to camp here?	*Papayagan ba kami na magkampo dito?*
There are...of us and we have...tents	*May... kami at mayroon kaming... tolda*

Camping/backpacking equipment
(the diagram shows the numbered parts)

	luggage space	*lugar para sa bagahe*
	can opener	*abrelata*
	butane gas	*natural na gas*
	bottle	*bote*
1	pannier	*panyer*
2	gas cooker	*lutuang de gas*
3	groundsheet	*panlatag*
	hammer	*martilyo*
	hammock	*duyan*
4	gas can	*galata ng gas*
	campfire	*siga sa kampo*
5	folding chair	*natitiklop na upuan*
6	insulated picnic box	*insuladong kahon pampiknik*
	ice pack	*lalagyan ng yelo*
	compass	*kompas*
	corkscrew	*tibuson*
7	airbed	*higaang de hangin*
8	airbed pump	*pambomba ng higaang de hangin*
9	awning	*tolda*
10	sleeping bag	*bag na tulugan*
11	saucepan	*kaserola*
12	handle (pan)	*hawakan*
	primus stove	*lutuang primus*
	lighter	*pansindi*
13	backpack	*bakpak*
14	guy rope	*panali sa kulandong*
15	storm lantern	*lampara pambagyo*
	camp bed	*higaan sa kampo*
	table	*mesa*
16	tent	*kulandong*
17	tent peg	*kalabiha*
18	tent pole	*poste ng tolda*
	thermos	*termos*
19	water bottle	*bote ng tubig*
	clothes pin	*pang-ipit ng damit*
	clothes line	*sampayan*
	windbreak	*pananggga sa hangin*
20	flashlight	*lente*
	penknife	*korta pluma*

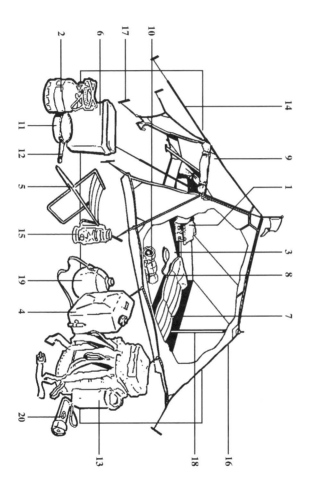

Can we pick our own site?	*Maaari ba kaming pumili ng aming lugar?*
Do you have a quiet spot for us?	*May tahimik ba kayong lugar para sa amin?*
Do you have any other sites available?	*May ibang lugar pa ba kayong magagamit?*
It's too windy/sunny/ shady here	*Napakahangin/maaraw/malilim dito*
It's too crowded here	*Maraming tao dito*
The ground's too hard/uneven	*Ang lupa ay napakatigas/hindi pantay*
Could we have adjoining sites?	*Maaari ba naming gamitin ang kalapit na lugar?*
Can we park the car next to the tent?	*Maaari ba naming igarahe ang sasakyan sa tabi ng tolda?*
How much is it per person/tent/trailer/car?	*Magkano ang bayad sa bawat tao/ tolda/treyler/sasakyan?*
Do you have chalets for hire?	*May tsalet ba kayong paupahan?*
Are there any...	*Mayroon bang...*
– hot showers?	*- mainit na shawer?*
– washing machines?	*- makinang panlaba?*
Is there a...on the site?	*Mayroon ba sa lugar na ito ng...?*
Is there a children's play area on the site?	*May palaruan ba ng mga bata sa lugar na ito?*
Are there covered cooking facilities on the site?	*May mga kagamitan ba sa pagluluto na may bubong sa lugar na ito?*
Can I rent a safe?	*Maaari ba akong mag-arkila ng kaha?*
Are we allowed to barbecue here?	*Papayagan ba kaming magbarbekyu dito?*

Are there any power outlets?	*May saksakan ba ng kuryente?*
Is there drinking water?	*Mayroon bang inuming tubig?*
When's the garbage collected?	*Kailan kinukuha ang basura?*
Do you sell gas bottles (butane gas/propane gas)?	*Nagbebenta ba kayo ng mga bote ng gas (natural/walang kulay na gas)?*

8 Money Matters

8. Money Matters

● **In general**, banks are open Monday to Friday from 9 am to 3 pm, but it is always possible to find money changers, particularly in major cities and tourist centers. US dollar traveler's checks are widely accepted and the most reliable. Bank transactions require proof of identity such as passport and original purchase receipts. Credit cards may be accepted at ATMs though there is a daily withdrawal limit of up to 7500 pesos. There is a charge of at least 300 pesos per transaction. There is a network of approximately 6,000 ATMs to withdraw funds or get cash advances in the Philippines.

Banks

Where can I find a bank/ an exchange office around here?	*Saan ko maaaring makita ang bangko/tanggapan ng palitan dito?*
Where can I cash this traveler's check/giro check?	*Saan ako maaaring magpalit ng tseke ng manlalakbay?/tsekeng hiro?*
Can I cash this...here?	*Maaari ko bang palitan ito...dito?*
Can I withdraw money on my credit card here?	*Maaari ba akong kumuha ng pera sa aking kredit kard dito?*
What's the minimum/ maximum amount?	*Ano ang pinakamaliit/ pinakamalaking halaga?*
Can I take out less than that?	*Maaari ba akong kumuha nang mas maliit diyan?*
Where can I find an ATM machine?	*Saan ako makakakita ng makina ng ATM?*
Enter your PIN number	*Ilagay ang PIN number.*

I had some money cabled here	May pera akong ipinakable dito
Has it arrived yet?	Dumating na ba kaya?
These are the details of my bank in the US	Ito ang mga detalye ng aking bangko sa Estados Unidos
This is the number of my bank account	Ito ang numero ng aking kuwenta sa bangko
I'd like to change some money	Nais kong magpalit ng pera
– pounds into...	- esterlina sa...
– dollars into...	- dolyar sa...
What's the exchange rate?	Ano ang halaga ng palitan?
Could you give me some small change with it?	Maaari ba na samahan ninyo ng maliit na barya?
This is not right	Ito ay hindi tama

Lagdaan po ninyo dito	Sign here, please
Punuan po ninyo ito	Fill this out, please
Maaari po ba na makita ang pasaporte ninyo?	Could I see your passport, please?
Maaari po ba na makita ang inyong ID?	Could I see your identity card, please?
Maaari po ba na makita ang inyong kard sa tseke?	Could I see your check card, please?
Maaari po ba na makita ang inyong kard sa banko?	Could I see your bank card, please?
Maaari ko bang makita kas kard/kredit kard/debit kard mo?	May I see your cash card/credit card/debit card?

8.2 Settling the bill

Could you put it on my bill?	*Maaari ba na ilagay ninyo ito sa aking kuwenta?*
Is the tip included?	*Ang tip ba ay kasama?*
Can I pay by...?	*Maaari ba akong magbayad sa pamamagitan ng...?*
Can I pay by credit card?	*Maaari ba akong magbayad sa pamamagitan ng kredit kard?*
Can I pay by traveler's check?	*Maaari ba akong magbayad sa pamamagitan ng tseke ng manlalakbay?*
Can I pay with foreign currency?	*Maaari ba akong magbayad ng pera ng ibang bansa?*
You've given me too much/you haven't given me enough change	*Binigyan ninyo ako ng labis/hindi pa ninyo ako binibigyan ng sapat na sukli*
Could you check this again, please?	*Maaari po ba na tingnan ninyo uli ito?*
Could I have a receipt, please?	*Maaari po ba na kunin ang resibo?*
I don't have enough money on me	*Wala akong sapat na pera*
This is for you	*Ito ay para sa iyo*
Keep the change	*Sa iyo na ang sukli*

Hindi kami tumatanggap ng kredit kard/tseke ng manlalakbay/pera ng ibang bansa	We don't accept credit cards/ traveler's checks/foreign currency

9 Mail, Phone and Internet

9. Mail, Phone and Internet

 Mail

● The Philippine Postal Corporation, or Philpost, has more than a century's experience in postal services. It is located in the Manila Central Post Office building. Its services range far and wide: besides providing essential domestic and international mail services, it has an e-Post shop retail business, caters for domestic and international remittances, and offers other special services such as bulky delivery, express pouch service, etc. For more informatio, look up: www.philpost.gov.ph/web.

hiro postal	pakete	selyo	paksimile
money orders	parcels	stamps	fax

Where is...	Saan ang...
– the nearest post office?	- pinakamalapit na tanggapan ng koreo?
– the main post office?	- ang sentral na tanggapan ng koreo?
– the nearest mail box?	- ang pinakamalapit na buson?
Which counter should I go to...?	Alin ang kawnter na dapat kong puntahan upang...?
Which counter should I go to to send a fax?	Alin ang kawnter na dapat kong puntahan upang magpadala ng paksimile?
Which counter should I go to to change money?	Alin ang kawnter na dapat kong puntahan upang magpalit ng pera?
Which counter should I go to to change giro checks?	Alin ang kawnter na dapat kong puntahan upang magpalit ng tsekeng hiro?

Which counter should I go to to wire a money order?	*Alin ang kawnter na dapat kong puntahan upang magkable ng hiro postal?*
Which counter should I go to for general delivery?	*Alin ang kawnter na dapat kong puntahan para sa pangkalahatang paghahatid?*
Is there any mail for me?	*Mayroon bang sulat para sa akin?*
My name's...	*Ang pangalan ko ay...*

Stamps

What's the postage for a...to...?	*Magkano ang selyo para sa...patungo sa...?*
Are there enough stamps on it?	*Sapat na ba ang selyong ito?*
I'd like [quantity] [value] stamps	*Nais ko ng [maramihan][matipid] na selyo*
I'd like to send this...	*Nais kong ipadala ito...*
– express	*- ng ekspres*
– by air mail	*- sa koreo panghimpapawid*
– by registered mail	*- sa rehistradong koreo*

Fax

| Can I make photocopies/ send a fax here? | *Maaari ba akong magpakopya sa makina/magpadala ng paksimile dito?* |
| How much is it per page? | *Magkano ang bawat pahina?* |

9.2 Phone

See also 1.9 Telephone alphabet

● **Philippines** is considered as the text messaging capital of the world with an average of 600 messages sent per subscriber per month. Each text message costs 1 peso ($0.02). Domestic call rates average around 7.50 pesos ($0.17) while international calls are around $0.40 per minute.

Tourist 24-hour hotline: 524-1660.

For foreigners: There are telecommunication stores and booth in all malls in Manila, where one can subscribe or buy a sim card.

If a person runs out of phone credits, he/she can ask someone to do a PASA LOAD (pay the person in exchange for credits from his cellphone).

Is there a phone booth around here?	*May silid ba ng telepono sa paligid na ito?*
May I use your phone, please?	*Maaari po ba na gamitin ang inyong telepono?*
Do you have a (city/region) phone directory?	*Mayroon ba kayong pang (lungsod/probinsiya) na direktoryo ng telepono?*
Where can I get a phone card?	*Saan ako maaaring kumuha ng kard ng telepono?*
Could you give me...	*Maaari ba na ibigay ninyo sa akin...*
– the number for international directory assistance?	*- ang numero ng tulong sa direktoryo pang-internasyonal?*
– the room number...?	*- ang numero ng silid...?*
– the international access code?	*- ang internasyonal akses kod?*
– the...(country) code?	*- ang...(country) kod ng bansa?*
– the area code for...?	*- ang kod ng distrito para sa...?*
– the number of [subscriber]...?	*- ang numero ng [subskrayber]...?*
Could you check if this number's correct?	*Maaari ba ninyong tingnan kung ang numerong ito ay tama?*

Can I dial international direct?	*Maaari ba na magdayal ng tuwirang internasyonal?*
Do I have to go through the switchboard?	*Kailangan pa ba akong dumaan sa switsbord?*
Do I have to dial '0' first?	*Kailangan ba na idayal ko muna ang 'O'?*
Do I have to reserve my calls?	*Dapat ba na magpareserba ako ng aking tawag?*
Could you dial this number for me, please?	*Maaari po ba ninyong idayal ang numerong ito para sa akin?*
Could you put me through to.../extension..., please?	*Maaari po ba na ako ay inyong ikabit sa.../ekstensiyon...?*
I'd like to place a collect call to...	*Nais ko pong tumawag na kolek sa...*
What's the charge per minute?	*Ano ang bayad sa bawat minutong tawag?*
Have there been any calls for me?	*May mga tawag ba para sa akin?*
Can I use my cell phone here	*Puwede ko bang gamitin ang selpon ko dito?*
I lost my phone, can I borrow yours?	*Nawala ko ang aking telepono, maaari ko bang hiramin ang sa iyo?*
Do you have (sell) smart phone?	*Mayroon (nagbebenta) ba kayo ng ismart pons?*
My battery is low	*Mahina na ang baterya ko*

The conversation

Hello, this is...	*Helo, ito ay...*
Who is this, please?	*Sino po sila?*
Is this...?	*Ito ay...?*

I'm sorry, I've dialed the wrong number

Dinaramdam ko, mali ang idinayal kong numero

I can't hear you

Hindi kita marinig

I'd like to speak to...

Nais kong maka-usap si...

Is there anybody who speaks English?

May nagsasalita ba ng Ingles?

Extension..., please

Ang ekstensiyon po...

Could you ask him/ her to call me back?

Maaari ba na hilingin mo sa kanya na ibalik ang aking tawag?

My name's...

Ang aking pangalan ay...

My number's...

Ang aking numero ay...

Could you tell him/her I called?

Maaari ba na sabihin ninyo sa kanya na tumawag ako?

Can I text you later?

Puwede ba kitang i-teks mamaya?

Sorry, I cannot answer my phone right now. Please leave your name and your phone number so I can get back to you later

Paumanhin, hindi ko masasagot ang aking telepono ngayon. Mag-iwan ka ng iyong pangalan at numero ng telepono para matawagan kita mamaya.

I'll call him/her back tomorrow

Tatawagan ko siya bukas

Mahina ang signal, puwedeng paki ulit?

The signal isn't very good. Would you repeat that?

Ang mga sementeryo ay lugar na walang signal.

Cemeteries are dead zones

Patay na ang baterya ko/Lo-bat na ako/Wala na akong baterya

My battery is dead

Saan ko puwedeng i-charge ang selpon ko?

Where can I charge my cell phone?

Gusto kong bumili ng SIM kard.

I'd like to buy a SIM card

Puwede bang magpaload?	Can I buy phone credits?
Puwede bang magpapasa-load?	Can you transfer phone credits to my phone?
Natanggap mo ba ang mensahe ko sa telepono/Natanggap mo ba ang teks message ko?	Did you receive my text message?
Paki tawagan mo naman ang telepono ko.	Can you call my phone

9.3 Internet/email

E-mail/Skype

blag blog	*facebook/ peysbuk* Facebook	*Internet kafe* Internet cáfe	*aplowd* upload
dawnlowd download	*payl* file (computer)	*pasword* password	*pangalan ng gumagamit* username
emeyl email		*tuwiter* Twitter	*webkam* webcam

How do I start an account on...?	*Paano gumawa ng akawnt?*
May I e-mail you?	*Maaari ba kita ng ma e-meyl?*
Would you email me?	*Ii-meylan mo ba ako?*
What is your email address?	*Ano ang iyong e-meyl adres?*
This is my address	*Heto ang adres ko.*
I'll update you by email.	*Iaapdeyt na lang kita sa emeyl.*
What is your Skype ID?	*Ano ang iyong ID sa iskayp?*
Can you go on Skype tonight?	*Maaari ka bang mag-iskayp mamayang gabi?*

What time are you going to be online?	*Anong oras ka mag-oonlayn?*
Follow me on Twitter @ _____.	*Sundan ninyo ako sa tuwiter*
May I friend you on Facebook?	*Maaari ba kitang maging kaibigan sa facebook?*
What is your Facebook ID?	*Ano ang ID mo sa facebook?*
I'll post the pictures on Facebook.	*Ipopost ko ang mga larawan sa facebook.*
Could you add me (as well)?	*Maaari mo bang i-add ako?*
How much do I have to pay for a computer usage per hour? (Internet cafe)	*Magkano ang bayad kada oras para sa isang kompyuter?*
My webcam is not working, I need help	*Hindi gumagana ang webkam ko, kailangan ko ng tulong*

10 Shopping

10. Shopping

- **Visitors to Manila** are often surprised at the many huge shopping centers found throughout Metro Manila, many of which are modern malls with clothing boutiques, restaurants, bowling alleys, antique shops, huge atriums, food courts, supermarkets and cinemas, like those found in western cities. Shopping malls are generally open every day from 10 am to 9 pm. They are often crowded, particularly during summer when people go window shopping to escape the heat. Large cities in the provinces are also catching up with the boom in shopping malls. Stores in the tourist belt area are mostly open until midnight. A number of shops open 24 hours a day, particularly convenience stores and drugstores. One of the largest malls in the world—the Mall of Asia—can be found in the Philippines.

alahas pandamit
costume jewelry

alahero
jeweller

barbero
barber's

botika/parmasya
pharmacy

gamit sa bahay
household goods

kagamitan sa bahay
household appliances (white goods)

kagamitang katad
leather goods

kalakal ng mahusay na uri ng alak
stock of vintage wines

laba sa kemikal
dry cleaner

labanderiya
laundry

maggugulay at magpuprutas
greengrocer

mag-iisda
fishmonger

malaking tindahan
department store

mangungulot
hairdresser

narseri
nursery (plants)

optisyan
optician

pakulutan
beauty salon

pagkumpuni ng motorsiklo at bisekleta
motorbike and bicycle repairs

palengke
market

panaderya
bakery

panday-ginto
goldsmith

relo at orasan
watches and clocks

sapatero
cobbler

sapatos
footwear

supermarket
supermarket

tindahan
grocery shop

tindahan ng bulaklak
florist

tindahan ng damit
clothing shop

**tindahan ng gamit
  sa isport**
sporting goods shop

**tindahan ng gamit
  sa pagkakampo**
camping supplies
shop

**tindahan ng gamit-
  panulat**
stationery shop

tindahan ng herbs
herbalist's shop

tindahan ng kamera
camera shop

tindahan ng karne
butcher's shop

**tindahan ng
  kasuotang
  panlalaki**
haberdashery

**tindahan ng kendi/
  keyk**
confectioner's/cake
shop

tindahan ng laruan
toy shop

tindahan ng libro
book shop

**tindahan ng mga
  CD, teyp, at iba pa**
music shop (CDs,
tapes, etc)

**tindahan ng mga
  gamit sa bahay na
  linen**
household linen
shop

**tindahan ng mga
  gawa sa balahibo
  ng hayop**
furrier

**tindahan ng mga
  instrumentong
  pangmusika**
musical instrument
shop

tindahan ng pabango
perfumery

**tindahan ng
  pagkaing luto**
delicatessen

**tindahan ng
  pahayagan**
newsstand

tindahan ng poltri
poultry shop

**tindahan ng
  produktong gatas**
dairy (shop selling
dairy products)

**tindahan ng
  prutas at gulay**
fruit and vegetable
shop

**tindahan ng
  segunda manong
  bagay**
second-hand shop

**tindahan ng
  sorbetes**
ice cream shop

**tindahan sa
  sariling pamimili**
do-it-yourself shop

tobakero
tobacconist

10.1 Shopping conversations

Where can I get...?	*Saan ako makakakuha ng...?*
When is this shop open?	*Kailan magbubukas ang tindahang ito?*
Could you tell me where the...department is?	*Maaari ba na sabihin mo sa akin kung saan ang departamento ng...?*

Could you help me, please?	*Maaari po ba na tulungan ninyo ako?*
I'm looking for...	*Hinahanap ko ang...*
Do you sell English/ American newspapers?	*Nagbebenta ba kayo ng mga pahayagang Amerikano/Ingles?*

Kayo ba ay inaasikaso?	Are you being served?

No, I'd like...	*Hindi, nais ko ng...*
I'm just looking, if that's all right	*Tumitingin lamang ako, kung puwede lamang*

(Gusto mo ba) may iba pa ba?	(Would you like) anything else?

Yes, I'd also like...	*Oo, gusto ko rin ng...*
No, thank you. That's all	*Wala na, salamat. Iyan na lamang*
Could you show me...?	*Maaari bang ipakita mo sa akin...?*
I'd prefer...	*Mas gusto...*
This is not what I'm looking for	*Hindi ito ang aking hinahanap*
Thank you, I'll keep looking	*Salamat sa iyo, titingin pa ako*
Do you have something...	*Mayroon ba kayong...*
– less expensive?	*- hindi masyadong mahal?*
– smaller?	*- mas maliit?*
– larger?	*- mas malaki?*

115

How much is…	*Magkano ang…*
I'll take this one	*Kukunin ko ito*
Does it come with instructions?	*Kasama ba nito ang instruksyon?*
It's too expensive	*Napakamahal naman*
I'll give you...	*Babayaran kita ng...*
Could you keep this for me?	*Maaari ba na itago mo ito para sa akin?*
I'll come back for it later	*Babalikan ko na lamang ito*
Do you have a bag for me, please?	*Mayroon po ba kayong bag para sa akin?*
Could you gift wrap it, please?	*Maaari po ba na balutin ang panregalong ito?*

Ipagpaumanhin mo, wala kami niyan	I'm sorry, we don't have that
Ipagpaumanhin mo, nabili na lahat	I'm sorry, we're sold out
Ipagpaumanhin mo, hindi babalik iyon hanggang...	I'm sorry, it won't come back in until...
Bayaran po lamang sa kahero/a	Please pay at the cash register
Hindi kami tumatanggap ng kredit kard	We don't accept credit cards
Hindi kami tumatanggap ng tseke ng manlalakbay	We don't accept traveler's checks
Hindi kami tumatanggap ng pera ng ibang bansa	We don't accept foreign currency

10.2 Food

I'd like a hundred grams of..., please	*Gusto ko po ng isang daang gramo ng...*
I'd like half a kilo/five hundred grams of...	*Gusto ko ng kalahating kilo/limang daang gramo ng...*
I'd like a kilo of...	*Gusto ko ng isang kilong...*
Could you...it for me, please?	*Maaari po ba ninyong...para sa akin?*
– slice it/cut it up for me, please?	*- gayatin/hiwain para sa akin?*
– grate it for me, please?	*- kudkurin para sa akin?*
Can I order it?	*Maaari ba akong magpedido nito?*
I'll pick it up tomorrow/at...	*Kukunin ko ito bukas/sa...*
Can you eat/drink this?	*Maaari bang kainin/inumin ito?*
What's in it?	*Ano ang laman nito?*

10.3 Clothing and shoes

I saw something in the window	*May nakita ako sa bintana ng tindahan*
Shall I point it out?	*Ituturo ko ba ito?*
I'd like something to go with this	*Nais ko ang isang babagay dito*
Do you have shoes to match this?	*May sapatos ka ba na katugma nito?*
I'm a size...in the US	*Ang sukat ko sa Amerika ay...*
Can I try this on?	*Maaari ko bang subukan ito?*

Where's the fitting room?	*Saan ang silid bihisan?*
It doesn't suit me	*Hindi kasya sa akin*
This is the right size	*Ito ay tamang sukat*
It doesn't look good on me	*Hindi magandang tingnan sa akin*
Do you have this/these in...?	*Mayroon ba kayo ng ganito/ng mga ito sa...?*
The heel's too high/low	*Ang takong ay napakataas/napakababa*
Is this real leather?	*Tunay ba na katad ito?*
Is this genuine hide?	*Tunay ba na balat ito?*
I'm looking for a...for a...year-old child	*Naghahanap ako ng isang...para sa isang...taong gulang na bata*
I'd like a...	*Nais ko ng...*
– silk	*- sutla*
– cotton	*- bulak*
– woolen	*- balahibo ng hayop/lana*
– linen	*- linen*
At what temperature should I wash it?	*Anong init ang kailangan sa paglalaba nito?*
Will it shrink in the wash?	*Uurong ba ito matapos labhan?*

Huwag patuyuin sa makina Do not spin dry	*Ilatag ng pahiga* Lay flat	*Laba sa kemikal* Dry clean
Huwag plantsahin Do not iron	*Laba sa kamay* Hand wash	*Nalalabhan sa makina* Machine washable

At the cobbler

Could you mend these shoes?	*Maaari ba na ayusin ninyo ang mga sapatos na ito?*
Could you resole/reheel these shoes?	*Maaari ba na palitan mo ang suwelas/ takong ng mga sapatos na ito?*
When will they be ready?	*Kailan ba matatapos ang mga ito?*
I'd like..., please	*Nais ko po ng...*
– a can of shoe polish	*- isang lata ng pampakintab*
– a pair of shoelaces	*- tali ng sapatos*

Electronics and video games

Which camera is the cheapest?	*Aling kamera ang pinakamura?*
What are the newest released video games?	*Anu-ano ang mga pinakabagong labas na larong-bidyo?*
How much are the used video games?	*Magkano ang mga larong-bidyong gamit na?*
Is it an online game?	*Sa pamamagitan ba ng internet nalalaro ang larong iyan?*
Which games can I get if I trade in my old game?	*Anu-anong mga laro ang maaari kong makuha kapag ipinapalit ko ang gamit ko nang laro?*

Kailangan ninyo ng resibo para maibalik ang nabiling gamit.	You would need a receipt to return the item purchased.
Mayroon kayong tatlumpung araw para maibalik o mapalitan ang nabiling gamit.	You have thirty days to return or exchange the item

Problems

Should I replace the batteries?	*Kailangan ba na palitan ko ang baterya?*
Could you have a look at my camera, please?	*Maaari po ba na tingnan ninyo ang aking kamera?*
It's not working	*Hindi ito gumagana*
The...is broken	*Ang...ay sira*
The flash isn't working	*Ang ilaw ay hindi gumagana*

Processing and prints

Where can I print the pictures?	*Saan ko puwedeng i-print ang mga larawan?*
You can print the pictures by going to a nearby photo processing kiosk	*Maaari mong i-paprint ang mga larawan sa malapit na kiyosk na nagpoproseso ng mga poto.*
You can send it online	*Puwede mong ipadala onlayn*
Transfer the pictures from your memory card to your computer	*Ilipat mo ang mga larawan mula sa memori kard papunta sa iyong kompyuter*
Upload it to the site	*I-aplowd ito sa sayt*
How can I get the printed pictures?	*Paano ko makukuha ang mga larawang na-print?*
You can either pick it up at the nearest kiosk or they can deliver it	*Maaari mong pik-apin sa malapit na kiyosk o puwede rin nilang ipadala sa iyo*
What size and how many copies do you want to be printed?	*Anong sukat at ilang kopya ang gusto ninyong i-print?*
I need the pictures by today	*Kailangan ko ang mga larawan ngayong araw*
How long will it take?	*Gaano katagal?*

It will take 30 minutes to an hour	*Mga tatlumpung minutos hanggang isang oras*
You can just come back later.	*Maaari kayong bumalik mamaya*
It will be ready by then	*Siguradong handa na ang mga ito mamaya*

10.5 At the hairdresser

Do I have to make an appointment?	*Kailangan ba na kumuha ako ng takdang pakikipagkita?*
Can I come in right now?	*Maaari ba na pumunta ako ngayon?*
How long will I have to wait?	*Gaano katagal akong maghihintay?*
I'd like a shampoo/ haircut	*Gusto kong magpasiyampu/ magpagupit ng buhok*
I'd like a shampoo for oily/dry hair, please	*Gusto ko po ng siyampu para sa malangis/tuyong buhok*
I'd like an anti-dandruff shampoo	*Gusto ko ng siyampu na panlaban sa balakubak*
I'd like a color-rinse shampoo, please	*Gusto ko po ng kolor-rins na siyampu*
I'd like a shampoo with conditioner, please	*Gusto ko po ng siyampu na may kondisyoner*
I'd like highlights, please	*Gusto ko po ng pampatingkad*
Do you have a color chart, please?	*Mayroon po ba kayo ng sukatan ng kulay?*
I'd like to keep the same color	*Gusto ko na panatilihin ang parehong kulay*
I'd like it darker/lighter	*Gusto ko na mas maitim/mas mapusyaw*

I'd like/I don't want hairspray	*Gusto ko/hindi ko gusto ng isprey sa buhok*
– gel	*- dyil*
– lotion	*- losyon*
I'd like short bangs	*Gusto ko ng maikling bangs*
Not too short at the back	*Huwag na napakaikli sa likuran*
Not too long	*Huwag masyadong mahaba*
I'd like it curly/not too curly	*Gusto ko ay kulot/hindi masyadong kulot*
It needs a little/a lot taken off	*Kailangan ng kaunting/maraming gugupitin*
I'd like a completely different style/a different cut	*Gusto ko ng ibang estilo/naiibang gupit*
I'd like it the same as in this photo	*Gusto ko ang katulad ng nasa retrato*
– as that woman's	*- ng sa babae*
Could you turn the drier up/down a bit?	*Maaari ba na tulinan/hinaan nang kaunti ang pantuyo*
I'd like a facial	*Nais ko ng pangmukha/pasiyal*
– a manicure	*- manikyur*
– a massage	*- masahe*
Could you trim my..., please?	*Maaari ba na gupitan mo ang aking...?*
– bangs	*- bangs*
– beard/moustache	*- balbas/bigote*
I'd like a shave, please	*Gusto ko pong magpa-ahit*
I'd like a wet shave, please	*Nais ko po ng basang pag-ahit*

Paano ang gusto ninyong gupit?	How do you want it cut?
Ano ang estilo na inyong iniisip?	What style did you have in mind?
Ano ang kulay na gusto ninyo?	What color did you want it?
Ang init ba ay tama para sa inyo?	Is the temperature all right for you?
Gusto ba ninyo ng babasahin?	Would you like something to read?
Gusto ba ninyo ng inumin?	Would you like a drink?
Ito ba ang nasa inyong isipan?	Is this what you had in mind?

11 Tourist Activities

11. Tourist Activities

11.1 Places of interest

● **The tourism program** of the Philippines is administered by the Department of Tourism which is located in Rizal Park, Manila. Regional tourist offices can be found in places with major tourist attractions, such as Baguio City, Zamboanga City, Tacloban City, Davao City, Boracay and others. Regional offices usually provide information about their respective tourist attractions. A good range of more specific local information about places of interest is available free. The Manila tourist office is open from 7 am to 6 pm daily, while offices at the Ninoy Aquino International Airport and the Centennial Terminal are open specifically to welcome arriving passengers.

Where's the Tourist Information, please?	*Saan po ang Impormasyong Panturismo?*
Do you have a city map?	*May mapa ng lungsod ba kayo?*
Where is the museum?	*Saan ang museo?*
Where can I find a church?	*Saan ko matatagpuan ang simbahan?*
Could you give me some information about...?	*Maaari ba ninyo akong bigyan ng impormasyon tungkol sa...?*
How much is this?	*Magkano ito?*
What are the main places of interest?	*Ano ang pinakainteresadong mga lugar?*
Could you point them out on the map?	*Maaari ba na ituro mo ito sa mapa?*
What do you recommend?	*Ano ang inyong mairerekomenda?*
We'll be here for a few hours	*Titigil kami rito nang ilang oras*

We'll be here for a day	*Titigil kami dito nang isang araw*
We'll be here for a week	*Titigil kami dito nang isang linggo*
We're interested in...	*Interesado kami sa...*
Is there a scenic walk around the city?	*May pamamasyal ng tanawin ba sa paligid ng lungsod?*
How long does it take?	*Gaano katagal ito?*
Where does it start/end?	*Saan ito nagsisimula/nagtatapos?*
Are there any boat trips?	*May pamamasyal ba sa bangka?*
Where can we board?	*Saan kami maaaring sumakay?*
Are there any bus tours?	*May pamamasyal ba na sakay ng bus?*
Where do we get on?	*Saan kami sasakay?*
Is there a guide who speaks English?	*May giya ba na nagsasalita ng Ingles?*
What trips can we take around the area?	*Ano ang pamamasyal na maaari naming gawin sa paligid ng pook?*
Are there any excursions?	*May mga ekskursiyon ba?*
Where do they go?	*Saan patungo ang mga ito?*
We'd like to go to...	*Nais naming pumunta sa...*
How long is the excursion?	*Gaano tatagal ang ekskursiyon?*
How long do we stay in...?	*Gaano kami magtatagal dito sa...?*
Are there any guided tours?	*May mga pamamasyal ba na may giya?*
How much free time will we have there?	*Gaano ang tagal ng aming libreng oras doon?*
We want to have a walk around/to go on foot	*Nais naming maglakad sa paligid*

Can we hire a guide?	*Maaari ba kaming magbayad ng isang giya?*
Can we reserve a hut?	*Maaari ba kaming magpareserba ng isang kubo?*
What time does...open/ close?	*Anong oras...nagbubukas/nagsasara ang?*
What days is...open/ closed?	*Anong araw bukas/sarado ang...?*
What's the admission price?	*Magkano ang bayad sa pagpasok?*
Is there a group discount?	*May diskuwento ba para sa grupo?*
Is there a child discount?	*May diskuwento ba para sa bata?*
Is there a discount for senior citizens?	*May diskwento ba para sa mga matatanda?*
Can I take (flash) photos/can I film here?	*Maaari ba akong kumuha ng retrato na may ilaw/maaari ba akong kumuha ng pelikula dito?*
Do you have any postcards of...?	*May postkard ba kayo ng...?*
Do you have an English...	*Kayo ba ay mayroong Ingles na...*
– catalogue?	*- -katalogo?*
– program?	*- programa?*
– brochure?	*- polyeto?*

Going out

● **The main venue** for theater presentations in the Philippines is the Cultural Centre of the Philippines, located on land reclaimed from Manila Bay. It is the national center for the performing arts and home to the Philippine Philharmonic Orchestra, Ballet Philippines and Tanghalang Pilipino. Other theater groups include the Repertory Philippines (which has produced countless presentations and was the training ground of Lea Salonga, the internationally recognized actress who has starred in the hit musicals *Miss Saigon* and *Les Miserables*) and the Gantimpala Theater Foundation, housed at the Manila Metropolitan Theater near the GPO. Classical music concerts and Broadway musical presentations are regularly held in Metro Manila by these groups. In addition, the excellent free Concert at the Park held on Sundays in the open-air auditorium at the Rizal Park is worth a visit.

It features a program of classical music, song and dance.

Do you have this week's/ month's entertainment guide?	*May programa ba kayo para ngayong linggo/buwang pagtatanghal?*
What's on tonight?	*Ano ang para ngayong gabi?*
We want to go to...	*Gusto naming pumunta sa...*
What's playing at the cinema?	*Ano ang palabas sa sinehan?*
What sort of film is that?	*Ano ang klase ng pelikulang iyan?*
– suitable for everyone	*- maaari ba ito para sa lahat*
– not suitable for people under 12/under 16	*- hindi para sa mga taong may edad na 12/mababa sa 16*
– original version	*- orihinal na bersiyon*
– subtitled	*- may pangalawang titulo*
– dubbed	*- salin sa ibang wika*
Is it a continuous showing?	*Tuloy-tuloy ba ang pagpapalabas?*
What's on at...	*Ano ang palabas sa...*
– the theater?	*- teatro?*

– the opera?	– opera?
What's happening in the concert hall?	Ano ang nangyayari sa bulwagang pangkonsiyerto?
Where can I find a good club around here?	Saan ako maaaring makakita ng mahusay na naytklab sa lugar na ito?
Is it members only?	Ito ba ay pangmiyembro lamang?
What time does... open/close?	Anong oras nagbubukas/nagsasara ang.
Where can I find a good nightclub around here?	Saan ako makakita ng mahusay na niteklab sa lugar na ito?
Is it evening wear only?	Panggabing kasuotan lamang ba?
Should I/we dress up?	Magbibihis ba ako/tayo ng mahusay?
What time does the show start?	Anong oras magsisimula ang palabas?
When's the next basketball match?	Kailan ang susunod na labanan ng basketbol?
Who's playing?	Sino ang maglalaro?
Where can I park my car?	Saan ko maaaring iparada ang sasakyan ko
I'd like an escort (m/f) for tonight	Gusto ko ng isang (babae/lalake) kasama ngayong gabi

11.3 Booking tickets

Could you reserve some tickets for us?	Maaari ba na ipagreserba mo kami ng ilang tiket?
We'd like to book...seats/ a table for...	Nais naming magpalista ng...upuan/ isang mesa para sa...
...seats in the orchestra in the main section	upuan sa orkestra sa pangunahing seksiyon

…seats in the circle	*upuan sa gitna*
a box for…	*isang palko para sa…*
…front row seats/a table for…at the front	*upuan sa unahan/mesa para sa…sa harapan*
…seats in the middle/ a table in the middle	*upuan sa gitna/mesa sa gitna*
…back row seats/a table at the back	*upuan sa hulihan/mesa sa hulihan*
Could I reserve…seats for the…o'clock performance?	*Maaari ba akong magpareserba ng… upuan para sa ika…oras na pagtatanghal?*
Are there any seats left for tonight?	*May natitira pa bang upuan para ngayong gabi?*
How much is a ticket?	*Magkano ang isang tiket?*
When can I pick up the tickets?	*Kailan ko makukuha ang mga tiket?*
How much more will it cost if I do my reservations online?	*Magkano ang dagdag na bayad kapag nagpareserba ako sa pamamagitan ng internet?*
How will the tickets be sent?	*Paano ipapadala ang mga tikets?*
We will send the tickets online/by mail	*Ipapadala namin ang mga tikets sa pamamagitan ng internet/sulat*
I've got a reservation	*May reserbasyon ako*
My name's…	*Ang pangalan ko ay…*

Ano ang pagtatanghal na gusto ninyong ipareserba?	Which performance do you want to reserve for?
Saan ninyo gustong umupo?	Where would you like to sit?

Ang lahat ay nabili na	Everything's sold out
Nakatayo na po lamang	It's standing room only
Mayroon na lamang kaming natitirang pabilog na upuan	We've only got circle seats left
Mayroon na lamang kaming natitirang pabilog na upuan sa itaas	We've only got upper circle (way upstairs) seats left
Mayroon na lamang kaming natitirang upuang pang-orkestra	We've only got orchestra seats left
Mayroon na lamang kaming natitirang upuan sa unahan	We've only got front row seats left
Mayroon na lamang kaming natitirang upuan sa hulihan	We've only got seats left at the back
Ilan ang upuang gusto ninyo?	How many seats would you like?
Kailangang kunin ninyo ang mga tiket bago mag...	You'll have to pick up the tickets before...o'clock
Ang tiket po lamang ninyo	Tickets, please
Ito po ang inyong upuan	This is your seat
Kayo ay nasa maling upuan	You are in the wrong seat

12 Sports Activities

12. Sports Activities

12.1 Sporting questions

Where can we...around here?	*Saan kami...dito?*
Can I/we hire a...?	*Maaari ba ako/kaming umupa ng...?*
Can I/we take...lessons?	*Maaari ba ako/kaming kumuha ng... leksiyon?*
How much is that per hour/per day	*Magkano ang bayad bawat oras/araw?*
How much is each one?	*Magkano ang bawat isa?*
Do you need a permit for that?	*Kailangan ba ang permiso para dito?*
Where can I get the permit?	*Saan ako maaaring kumuha ng permiso?*

12.2 By the waterfront

Is it far (to walk) to the sea?	*Malayo ba na lakarin ang patungo sa dagat?*
Is there a...around here?	*May...ba sa lugar na ito?*
– a swimming pool	*- isang palanguyan*
– a sandy beach	*- isang baybayin*
– a nudist beach	*- isang aplaya para sa mga nakahubo't hubad*
– mooring place/dock	*- daungan*
Are there any rocks here?	*Mayroon bang mga batuhan dito?*

When's high/low tide?	*Kailan ang pagtaas/pagbaba ng tubig?*
What's the water temperature?	*Ano ang temperatura ng tubig?*
Is it deep here?	*Malalim ba dito?*
Is it safe for children to swim here?	*Ligtas ba para sa mga bata ang lumangoy dito?*
Are there any currents?	*May mga alon ba?*
Are there any rapids/ waterfalls along this river?	*May malakas na agos/talon ba sa kahabaan ng ilog na ito?*
What does that flag/ buoy mean?	*Ano ang kahulugan ng bandila/ palutang na iyan?*
Is there a lifeguard on duty?	*May bantay-buhay ba na nasa puwesto?*
Are dogs allowed here?	*Pinapayagan ba ang mga aso dito?*
Is camping on the beach allowed?	*Pinapayagan ba ang pagkakampo sa dalampasigan?*
Can we light a fire?	*Maaari ba kaming magsiga*

Bawal ang lumangoy No swimming	*Bawal sumakay sa alon* No surfing	*Pamingwitang tubig* Fishing waters
Bawal ang mangisda No fishing	*Mapanganib* Danger	*Sa mga may permiso lamang* Permits only

13 Health Matters

13. Health Matters

13.1 Calling a doctor

● **If you become ill** or need emergency treatment, the best option is the Casualty Department at the nearest hospital.

Could you get a doctor quickly, please?	*Maaari ba na tumawag kayo kaagad ng doktor?*
When does the doctor have office hours?	*Ano ang oras ng doktor?*
When can the doctor come?	*Kailan maaaring dumating ang doktor?*
Could I make an appointment to see the doctor?	*Maaari ba akong gumawa ng pakikipagkita sa doktor?*
I've got an appointment to see the doctor at...o'clock	*May pakikipagkita ako sa doktor sa...*
Which doctor/pharmacy is on night/weekend duty?	*Alin ang doktor/botika na bukas sa gabi/Sabado at Linggo?*

13.2 What's wrong?

I don't feel well	*Masama ang pakiramdam ko*
I'm dizzy	*Nahihilo ako*
– ill	*- maysakit*
I feel sick (nauseous)	*Naduduwal ako*
I've got cough and cold	*May ubo at sipon ako*
It hurts here	*Masakit dito*

I've been sick (vomited)	*Matagal na akong maysakit (nagsusuka)*
I've got...	*Mayroon akong...*
I'm running a temperature of...degrees	*Ang aking temperatura ay...digri*
I've been...	*Akoy ay...*
– stung by a wasp	*– nakagat ng putakti*
– stung by an insect	*– nakagat ng insekto*
– bitten by a dog	*– nakagat ng aso*
– stung by a jellyfish	*– natusok ng jellyfish*
– bitten by a snake	*– natuklaw ng ahas*
– bitten by an animal	*– nakagat ng hayop*
I've cut myself	*Nahiwa ko ang aking sarili*
I've burned myself	*Nasunog ko ang aking sarili*
I've grazed/scratched myself	*Nagalusan/nakalmot ko ang aking sarili*
I've had a fall	*Ako ay nahulog*
I've sprained my ankle	*Napilay ang aking bukong-bukong*
I'd like the morning-after pill	*Nais ko ng pang-umagang tableta*

13.3 The consultation

| *Ano ba problema?* | What seems to be the problem? |
| *Gaano katagal na ang iyong nararamdaman?* | How long have you had these complaints? |

Nagkaroon ka ba ng ganitong problema noon?	Have you had this trouble before?
Mataas ba ang iyong temperatura? Ano ito?	Do you have a temperature? What is it?
Alisin po ninyo ang inyong damit	Get undressed, please
Alisin po ninyo ang damit pang-itaas	Strip to the waist, please
Maaari ka nang maghubad doon	You can undress there
Lilisin po ninyo ang inyong kaliwa/kanan na manggas	Roll up your left/right sleeve, please
Humiga po kayo	Lie down here, please
Masakit ba dito?	Does this hurt?
Huminga nang malalim	Breathe deeply
Ibukas ang inyong bibig	Open your mouth

Patients' medical history

I'm a diabetic	*Ako po ay diyabetik*
I have a heart condition	*May sakit ako sa puso*
I'm asthmatic	*May hika ako*
I'm allergic to...	*Alerdyi ako sa...*
I'm...months pregnant	*Ako ay...buwang buntis*
I'm on a diet	*Ako ay nagdidiyeta*
I'm on medication/ the pill	*Ako ay ginagamot/ang tableta*
I've had a heart attack once before	*Nagkaroon ako minsan ng atake sa puso*
I've had a(n)...operation	*Nagkaroon ako ng operasyon sa...*
I've been ill recently	*Nagkasakit ako kailan lamang*

| I've got a stomach ulcer | *May ulser ako sa tiyan* |
| I've got my period | *May regla ako* |

May alerdyi ka ba?	Do you have any allergies?
Ikaw ba ay ginagamot?	Are you on any medication?
Ikaw ba ay nagdidiyeta?	Are you on a diet?
Ikaw ba ay buntis?	Are you pregnant?
Nagkaroon ka na ba ng ineksiyon sa tetanus?	Have you had a tetanus injection?

The diagnosis

Hindi maselan	It's nothing serious
Ang iyong...ay sira	Your...is broken
May pilay ka...	You've got a sprained...
Mayroon kang nalagot na...	You've got a torn...
Mayroon kang impeksiyon/ ilang pamamaga	You've got an infection/ some inflammation
May apendisitis ka	You've got appendicitis
May bronkitis ka	You've got bronchitis
May sakit ka na nakuha sa pagtatalik.	You've got a venereal disease
May trangkaso ka	You've got the flu
May atake ka sa puso	You've had a heart attack
Mayroon kang impeksiyong bayral/bakterya	You've got a (viral/bacterial) infection
May pulmonya ka	You've got pneumonia
May gastraytis/ulser ka	You've got gastritis/an ulcer
May nabanat kang kalamnan	You've pulled a muscle
May impeksiyon ka sa puwerta	You've got a vaginal infection

May pagkalason ka sa pagkain	You've got food poisoning
May sunog ka sa balat	You've got sunstroke
Alerdyi ka sa...	You're allergic to...
Mayroon kang impeksyon ng bulate.	You have a worm infection.
Kailangan mo ng pampurga.	You need a deworming medicine.
Ikaw ay buntis	You're pregnant
Nais kong ipasuri ang iyong dugo/ihi/dumi	I'd like to have your blood/urine/stools tested
Kailangang tahiin ito	It needs stitches
Itutukoy kita sa isang espesyalista/ipadadala kita sa ospital	I'm referring you to a specialist/sending you to the hospital
Kailangang kunan ka ng ilang eksrey	You'll need some x-rays taken
Maaari po ba kayong maghintay sa silid hintayan?	Could you wait in the waiting room, please?
Kailangan mo ng operasyon	You'll need an operation

Is it contagious?	Nakahahawa ba ito?
How long do I have to stay...	Gaano katagal ako titigil...
– in bed?	– sa kama?
– in the hospital?	– sa ospital?
Do I have to go on a special diet?	Kailangan ba akong magdiyeta ng espesyal?
Am I allowed to travel?	Maaari ba akong magbiyahe?
Can I make another appointment?	Maaari ba akong humiling ng isa pang pakikipagkita?
When do I have to come back?	Kailan ba ako dapat bumalik?

I'll come back tomorrow	*Babalik ako bukas*
How do I take this medicine?	*Paano ko gagamitin ang gamot na ito?*

Bumalik ka bukas/sa loob ng....	Come back tomorrow/ in...days' time

Medications and prescriptions

How many pills/drops/ injections/spoonfuls/ tablets each time?	*Ilang pilduras/patak/ineksiyon/ kutsarita/tableta sa bawat gamit?*
How many times a day?	*Ilang beses sa isang araw?*
I've forgotten my medication	*Nakalimutan ko ang aking gamot*
At home I take...	*Sa bahay, umiinom ako ng...*
Could you write a prescription for me, please?	*Maaari po ba ninyo akong bigyan ng reseta?*

Bibigyan kita ng reseta sa antibayotik/pinaghalo/ pampakalma/pamatay ng sakit	I'm prescribing antibiotics/ a mixture/a tranquilizer/ painkillers
Dapat magkaroon ka ng hustong pamamahinga	Have lots of rest
Mamalagi ka sa loob ng bahay	Stay indoors
Mamalagi ka sa higaan	Stay in bed

ang gamot na ito ay makakaapekto sa iyong pagmamaneho this medication impairs your driving	buong kutsarita/ kutasara spoonful/ teaspoonful	para sa...araw for...days
bago kumain before meals	inumin take	patak drops
bawat...oras every...hours	ipahid rub on	pilduras pills
...bawat araw ...times a day	lunukin lahat swallow whole	tableta tablets
ineksiyon injections	pamahid ointment	tapusin ang reseta finish the prescription
	panlabas na gamit lamang external use only	tunawin sa tubig dissolve in water

13.5 At the dentist

Do you know a good dentist?	May alam ka bang mahusay na dentista?
Could you make a dental appointment for me?	Maaari mo ba akong igawa ng pakikipagkita sa dentista?
It's urgent	Kailangang-kailangan ito
Can I come in today, please	Maaari po ba akong pumunta ngayon
I have a terrible toothache	May napakatinding sakit ako sa ngipin
Could you prescribe/ give me a painkiller?	Maaari ba na resetahan ninyo/bigyan ninyo ako ng pamatay sa sakit?
I've got a broken tooth	May baling ngipin ako
My filling's come out	Ang aking pasak sa ngipin ay natanggal

I've got a broken crown	*Ang balot ng aking ngipin ay nasira*
I'd like/I don't want a local anesthetic	*Gusto ko/Hindi ko gusto ng lokal na panggimay*
Could you do a temporary repair?	*Maaari ka ba na gumawa ng pansamantalang pagkumpuni?*
I don't want this tooth pulled	*Ayaw ko na ipabunot ang ngiping ito*
My denture is broken	*Ang aking pustiso ay sira*
Can you fix it?	*Maaari ba ninyong ayusin?*

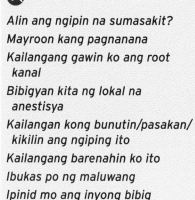

Alin ang ngipin na sumasakit?	Which tooth hurts?
Mayroon kang pagnanana	You've got an abscess
Kailangang gawin ko ang root kanal	I'll have to do a root canal
Bibigyan kita ng lokal na anestisya	I'm giving you a local anesthetic
Kailangan kong bunutin/pasakan/kikilin ang ngiping ito	I'll have to pull/fill/file this tooth
Kailangang barenahin ko ito	I'll have to drill it
Ibukas po ng maluwang	Open wide, please
Ipinid mo ang inyong bibig	Close your mouth, please
Magmumog po	Rinse, please
Masakit pa ba?	Does it hurt still?

14 Emergencies

14. Emerdencies

14.1 Asking for help

Help!	*Saklolo!/Tulong!*
Fire!	*Sunog!*
Police!	*Pulis!*
Quick!/Hurry!	*Bilis!/Dali!*
Danger!	*Panganib!/Peligro!*
Watch out!	*Mag-ingat!*
Stop!	*Tigil!/Hinto!*
Be careful!/Go easy!	*Ingat!/Dahan-dahan!*
Get your hands off me!	*Huwag mo akong hawakan!*
Let go!	*Bitiwan mo!/Alpasan mo!*
Stop thief!	*Harangin ang magnanakaw!*
Could you help me, please?	*Maaari po ba na tulungan ninyo ako?*
Where's the police station/emergency exit/ fire escape?	*Saan naroroon ang estasyon ng pulis/labasang pangkagipitan/ takasan sa sunog?*
Where's the nearest fire extinguisher?	*Saan ang pinakamalapit na pamatay ng apoy?*
Call the fire department!	*Tawagan ang bombero!*
Call the police!	*Tawagan ang pulis!*
Call an ambulance!	*Tawagan ang ambulansiya!*
Where's the nearest phone?	*Saan ang pinakamalapit na telepono?*

Could I use your phone?	*Maaari ba na gamitin ang inyong telepono?*
What's the emergency number?	*Ano ang emergency number/ numerong pangkagipitan?*
The number to be dialed for emergency is 117.	*Ang kailangang i-dayal ay isa-isa-pito.*
What's the number for the police?	*Ano ang numero ng pulis?*

14.2 Lost items

I've lost my wallet/purse	*Naiwala ko ang aking pitaka/ kortamoneda*
I lost my...here yesterday	*Nawala ang aking...dito kahapon*
I left my...here	*Naiwan ko ang aking...dito*
Did you find my...?	*Nakita mo ba ang aking...?*
It was right here	*Nandito iyon*
It's very valuable	*Napakahalaga noon*
Where's the lost and found office?	*Saan ang tanggapan ng nawala at nakuha?*

14.3 Accidents

There's been an accident	*May aksidenteng naganap*
Someone's fallen into the water	*May isang nahulog sa tubig*
There's a fire	*Mayroong sunog*
Is anyone hurt?	*May nasaktan ba?*
Nobody/someone has been injured	*Walang sinuman ang nasaktan/may nasaktan*

Someone's still trapped inside the car/train	*May nakakulong pa rin sa loob ng sasakyan/tren*
It's not too bad	*Hindi masyadong malubha*
Don't worry	*Huwag mag-alala*
Leave everything the way it is, please	*Huwag galawin/Hayaan ang lahat sa kinalalagyan nito*
I want to talk to the police first	*Gusto kong makipag-usap muna sa pulis*
I want to take a photo first	*Gusto kong kumuha muna ng retrato*
Here's my name and address	*Narito ang aking pangalan at tirahan*
May I have your name and address?	*Maaari ba na ibigay mo ang iyong pangalan at tirahan?*
Could I see your identity card/your insurance papers?	*Maaari ba na makita ko ang iyong ID/mga papeles sa seguro?*
Will you act as a witness?	*Maaari ka bang maging testigo?*
I need this information for insurance purposes	*Kailangan ko ang impormasyong ito para sa seguro*
Are you insured?	*Nakaseguro ka ba?*
Third party or all inclusive?	*Pangatlong partido o lahat kasama?*
Could you sign here, please?	*Pakipirmahan po lamang dito?*

Theft

I've been robbed	*Pinagnakawan ako*
My...has been stolen	*Ang aking...ay ninakaw*

My car's been broken into	*Ang aking sasakyan ay pinasok*

14.5 Missing person

I've lost my child/ grandmother	*Nawawala ang aking anak/lola*
Could you help me find him/her?	*Maaari ba na tulungan ninyo akong hanapin siya?*
Have you seen a small child?	*May nakita ba kayong isang maliit na bata?*
He's/she's...years old	*Siya ay...taong gulang*
He/she's got...hair	*Siya ay may...buhok*
– short/long	*- maikling/mahaba*
– blond/red/brown/ black/gray	*- blonde na/pulang/kulay kayumangging/itim na/puting*
– curly/straight/frizzy	*- kulot/tuwid/kulutin*
– in a ponytail	*nakaponiteyl*
– in braids	*- nakatrintas*
– in a bun	*- nakapusod*
He's/she's got blue/ brown/green eyes	*Siya ay may matang asul/kulay kayumanggi/berde*
He/she's wearing… swimming trunks/ hiking boots	*Ang suot niya ay… damit panlangoy/botang panlakad sa malayo*
with/without glasses	*may/walang salamin sa mata*
carrying/not carrying a bag	*may/walang dalang bag*
He/She is tall/short	*Siya ay matangkad/mababa*

This is a photo of him/her	*Ito ang kanyang larawan*
He/she must be lost	*Tiyak na nawawala siya*

14.6 The police

An arrest

Ipakita (sasakyan) po lamang ang inyong mga dokumento	Your (vehicle) documents, please
Napakatulin ninyong magmaneho	You were speeding
Hindi ka maaaring pumarada dito	You're not allowed to park here
Hindi mo pa inilalagay ang pera sa metro sa pagparada	You haven't put money in the parking meter
Ang ilaw mo ay hindi gumagana	Your lights aren't working
Iyan ay Ps...na multa	That's a Ps...fine
Magbabayad ka na ba ngayon?	Do you want to pay now?
Kailangang magbayad ka na	You'll have to pay now

I don't speak Filipino	*Hindi ako nagsasalita ng Filipino*
I didn't see the sign	*Hindi ko nakita ang karatula*
I don't understand what it says	*Hindi ko maintindihan ang ibig sabihin nito*
I was only doing... kilometers an hour	*Nagmamaneho lamang ako ng... kilometro bawat oras*
I'll have my car checked	*Patitingnan ko ang aking sasakyan*
I was blinded by oncoming lights	*Ako ay nasilaw ng pasalubong na sasakyan*

Saan ito nangyari?	Where did it happen?
Ano ang nawawala?	What's missing?
Ano ang kinuha?	What's been taken?
Maaari ba na makita ang iyong ID/ilang pagkakakilanlan?	Could I see your identity card/ some identification?
Anong oras nangyari ito?	What time did it happen?
May nakakita ba?	Are there any witnesses?
Pakipirmahan po lamang dito	Sign here, please
Kailangan mo ba ng tagapagpaliwanag?	Do you want an interpreter?

I want to report a collision/ missing person/rape	*Nais kong ireport ang isang banggaan/nawawalang tao/ginahasa*
Could you make a statement, please?	*Maaari po ba kayong gumawa ng pahayag?*
Could I have a copy for the insurance?	*Tingnan ko ang kopya ng inyong seguro?*
I've lost everything	*Nawala ko ang lahat*
I've no money left, I'm desperate	*Wala akong naiwang pera, desperado ako*
Could you lend me a little money?	*Maaari ba na pahiramin mo ako ng kaunting pera?*
I'd like an interpreter	*Kailangan ko ng isang tagapagpaliwanag*
I'm innocent	*Ako ay walang kasalanan*
I don't know anything about it	*Hindi ko alam ang tungkol dito*

I want to speak to
someone from the
American embassy

*Nais kong makipag-usap sa isang
taga-Embahada ng Amerika*

I want a lawyer who
speaks...

*Nais ko ng abogado na
nakapagsasalita ng...*

15 English–Tagalog Word List

Word list   152

15. English–Tagalog Word List

● **The following word list** is meant to supplement the chapters in this book. Where the gender of a noun is not clear, the ending is shown as **-o/a** for masculine and feminine forms respectively, e.g. sales clerk is **tindero/a**.

Some of the words not on this list can be found elsewhere in this book. Food items can be found in Section 4.7, the parts of a car on page 67, the parts of of motorcycle/bicycle on page 71 and camping/ backpacking equipment on page 97.

A

about	*tungkol sa*
above	*sa itaas, sa ibabaw*
abroad	*nasa ibang bansa*
accident	*aksidente, sakuna*
adaptor	*adaptor*
address	*tirahan, direksiyon*
admission	*pagpasok, pagtanggap*
admission price	*halaga ng tiket*
adult	*may edad na, nasa gulang na*
advice	*payo, pangaral*
aeroplane	*eroplano*
after	*pagkaraan, pagkatapos*
afternoon	*hapon*
aftershave	*losyon matapos mag-ahit*
again	*muli, ulitin*
against	*laban*
age	*edad, gulang*
AIDS	*AIDS*
air conditioning	*eyr kondesyoning*
air mattress	*kutsong de hangin*
airmail	*koreong panghimpapawid*
airplane	*eroplano*
airport	*paliparan, erport*
aisle	*daanan*
aisle seat	*upuan na malapit sa daanan*
alarm	*alarma, panghudyat*
alarm clock	*orasang panghudyat*
alcohol	*alak, alkohol*
all day	*buong araw*
all the time	*lahat ng oras*
allergy	*alerdyi*

alone	*nagsosolo, nag-iisa*
altogether	*sa kalahatan, sa kabuuan*
always	*palagi, bawat oras*
ambulance	*ambulansiya*
America	*Amerika*
American	*Amerikano*
amount	*halaga, kuwenta, presyo*
amusement park	*liwasang libangan*
anesthetic (general)	*panlahatang anestisya*
anesthetic (local)	*anestisyang lokal*
angry	*galit, nagagalit*
animal	*hayop*
ankle	*bukong-bukong*
answer	*sagot*
ant	*langgam*
antibiotics	*antibayotik*
antique	*antigo, luma*
antiques	*lumang bagay*
antiseptic	*pandisimpekta, antiseptiko*
anus	*butas ng puwit, daanan ng dumi*
apartment	*apartment, aksesorya, paupahan*
aperitif	*pampagana*
apologies	*paumanhin, patawad*
apple	*mansanas*
apple juice	*katas ng mansana*
appointment	*pakikipagtipan, pakikipagkita*
April	*Abril*
architecture	*arkitektura*
area	*lugar, distrito*
area code	*arya kod*
arm	*bisig, braso*
arrange	*isaayos, mag-ayos*
arrive	*dumating, sumipot*
arrow	*pana, palaso*
art	*sining, arte*
art gallery	*galeriyang pansining*
artery	*ugat na daluyan ng dugo*
article	*artikulo, sinulat*
artificial respiration	*artipisyal na paghinga*
ashtray	*titisan, astrey*
ask	*magtanong*
ask for	*humiling ng, itanong*
aspirin	*aspirina*
assault	*salakay, lusob*
assorted	*iba't iba, magkakaiba*
at home	*sa bahay*
at night	*sa gabi*
at the back	*sa likuran*
at the front	*sa harapan*
at the latest	*sa pinakamaaga*
aubergine	*talong*
August	*Agosto*
Australia	*Australya*
Australian	*Australyano/a*

automatic	*awtomatiko, gumagana ng kusa*
autumn	*taglagas*
awake	*gising*
awning	*tolda, habong*

B

baby	*bata, batang paslit*
baby food	*pagkaing bata*
babysitter	*tagapag-alaga ng bata*
back (part of body)	*likuran*
back (rear)	*likod*
backpack	*bakpak*
backpacker	*bakpaker*
bad (rotting)	*sira, bulok*
bad (terrible)	*masama, terible*
bag	*bag, buslo, maleta*
baggage carousel	*kuhanan ng mga bagahe sa paliparan*
baggage claim	*kuhanan ng bagahe*
baker	*panadero*
balcony	*balkonahe*
ball	*bola*
ballpoint pen	*balpoynt*
banana	*saging*
bandage	*benda*
bandaids	*bandeyd*
bank (finance)	*bangko*
bank (river)	*pampang, dalampasigan*
bar (café)	*kapehan*
barbecue	*barbekyu*
basketball	*basketbol*
bath	*paliguan*
bath towel	*tuwalyang pampaligo*
bathmat	*sapin sa banyo*
bathrobe	*damit pampaligo*
bathroom	*paliguan, banyo*
battery	*baterya*
beach	*dalampasigan*
beans	*bins, abetsewelas*
beautiful	*maganda*
bed	*kama, katre, papag*
bedding	*kumot*
bee	*pukyutan, bubuyog*
beef	*karneng baka*
beer	*serbesa*
begin	*simula*
behind	*kasunod*
belt	*sinturon*
berth	*kamarote, tulugan sa tren*
better (to get)	*magpagaling*
bicycle	*bisikleta*
bikini	*bikini*
bill	*kuwenta*
billiards	*bilyar*
billiard house	*bilyaran*

birthday	kaarawan, kapanganakan
biscuit	biskwit
bite	kagat
bitter	mapait
black	itim
black and white	itim at puti
black eye	nangingitim na mata
bland (taste)	walang lasa
blanket	blanket, kumot
bleach	pampaputi
bleed	dumudugo
blind (can't see)	bulag
blind (on window)	persiyana
blister	paltos
blog	blag
blond	olandes
blood	dugo
blood pressure	presyon ng dugo
blouse	blusa, damit pang-itaas ng babae
bloody nose	balinguyngoy
blue	asul
boarding pass	pases para sa pagsakay/bording pas
boat	bangka
body	katawan
boiled	nilaga
bone	buto
book	libro, aklat
booked, reserved	nagpareserba
booking office	tanggapan sa reserbasyon
bookshop	tindahan ng libro, libreriya
border	hangganan
bored	yamot, inis, walang gana
boring	nakakayamot, nakakainis
born	ipinanganak
borrow	hiram
botanic gardens	hardin botaniko
both	pareho
bottle (baby's)	mamador
bottle (wine)	bote ng alak
bottle-warmer	pang-init ng bote
box	kahon
box office	takilya
boy	batang lalaki
boyfriend	kasintahang lalaki
bra	bra, pansalo ng suso
bracelet	pulseras
braised	kinulob
brake	preno
brake oil	langis ng preno
bread	tinapay
break	putol, sira
breakfast	almusal, agahan
breast	dibdib
breast milk	gatas ng ina

bridge	*tulay*
briefs	*salawal panloob*
bring	*dalhin*
brochure	*polyeto*
broken	*sira, wasak*
bronze	*tanso*
broth	*pinaglagaan, sabaw*
brother	*kapatid na lalaki*
brown	*kulay lupa, kulay kayumanggi*
bruise	*galos*
brush	*brotsa*
bucket	*timba*
buffet	*bupe*
bugs	*surot*
building	*gusali*
bun	*bunete, matamis na tinapay*
burglary	*nakawan*
burn (injury)	*sunog, pinsala*
burn (verb)	*nasunog*
burnt	*sunog*
bus	*bus, trak*
bus station	*estasyon ng bus*
bus stop	*himpilan ng bus*
business card	*tarheta*
business class	*klaseng pangnegosyo*
business trip	*biyaheng pangnegosyo*
busy (schedule)	*abala sa gagawin*
busy (traffic)	*magulo, makupad*
butane, natural gas	*natural na gaas*
butcher	*mangangatay, magkakarne*
butter	*mantikilya*
button	*butones*
by airmail	*sa koreo panghimpapawid*
by phone	*sa telepono*

C

cabbage	*repolyo*
cabin	*kamarote*
cable	*kable*
cake	*keyk*
call (phonecall)	*tawag sa telepono*
call (to phone)	*tatawag sa telepono*
called	*tinawag*
camera	*kamera*
camping	*nagkakampo, kamping*
can opener	*abrelata*
cancel	*kansela, di natuloy*
candle	*kandila*
candy	*kendi*
car	*kotse, awto, sasakyan*
car documents	*kasulatan ng kotse*
car seat (child's)	*upuang pambata*
car trouble	*sira ng kotse*
cardigan	*dyaket na nited*

careful	maingat
carpet	alpombra, karpet
carriage	sasakyan, bagon
carrot	karot
cartridge	kartutso
cash	kas, pera
cash card	kas kard
cash machine	makina ng pera
casino	kasino, sugalan
cassette	kaset
cat	pusa
catalogue	katalogo, listahan
cauliflower	koliplor
cause	dahilan
cave	kuweba, yunggib
CD	CD
CD-ROM	CD-ROM
celebrate	magsaya
cellphone	selpon
cemetery	sementeryo, libingan
centimeter	sentimetro
center (middle)	sa gitna
center (of city)	kabayanan
central locking	sentral laking
certificate	sertipiko
chair	upuan
chambermaid	kamarera
champagne	tsampan
change (money)	magpalit ng pera
change (trains)	magpalit ng tren
change, swap	magpalit
change the baby's diaper	palitan ang lampin
change the oil	palitan ang langis
charter flight	arkeladong biyahe
chat	pag-uusap
check (verb)	suriin, tingnan
check, bill	kuwenta
check in	ipinasok
check out	inilabas
checked luggage	ipinalistang bagahe
cheers!	magalak!, matuwa!, magsaya!
cheese	keso
chef	kusinero/a
chess	ahedres
chewing gum	tseklet
chicken	manok
child	bata
child's seat (in car)	upuan ng bata sa kotse
chilled	pinalamig
chin	baba
chocolate	tsokolate
choose	pumili
chopstick	tsapstik
church	simbahan

church service	*misa sa simbahan*
cigar	*tabako*
cigarette	*sigarilyo*
circle	*bilog, paikot*
circus	*sirko*
citizen	*mamamayan*
city	*lungsod, siyudad*
clean	*malinis*
clean (verb)	*maglinis*
clearance (sale)	*baratilyo, subasta*
climate	*klima*
clock	*orasan*
closed	*sarado*
closed off (road)	*sinarahang kalye*
clothes	*mga damit*
clothes hanger	*hanger ng damit*
clothes dryer	*pantuyo ng damit*
clothing	*damit*
clutch (car)	*klats*
coat (jacket)	*amerikana*
coat (overcoat)	*gaban, oberkot*
cockroach	*ipis*
cocoa	*kakaw, sikulate*
coffee	*kape*
cold (not hot)	*malamig*
cold, flu	*trangkaso*
collar	*kuwelyo*
collarbone	*balagat*
colleague	*katrabaho*
collision	*banggaan*
cologne	*kolon, kolonya*
color	*kulay*
colored	*kinulayan, may kulay*
comb	*suklay*
come	*pagdating*
come back	*pagbalik*
compartment	*kuwarto, silid*
complaint	*reklamo*
completely	*lubos na lubos*
compliment	*papuri*
computer	*kompyuter*
concert	*konsiyerto*
concert hall	*bulwagang pangkonsiyerto*
concierge	*konsyars*
concussion	*pagkaalog, pagkayanig*
condensed milk	*gatas kondensada*
condom	*kondom*
confectionery	*matamis, minatamis*
congratulations!	*pagbati!*
connection (transport)	*karugtong na biyahe*
constipation	*natitibi, hindi pagdumi*
consulate	*konsulado*
consultation (by doctor)	*pagpatingin sa doktor*
contact lens	*kontak lens*

contagious	nakahahawa
contraceptive	pampigil sa pagbubuntis
contraceptive pill	pildoras pampigil sa pagbubuntis
cook (person)	kusinero
cook (verb)	magluto
cookie	galyetas, biskwit
copper	tanso, baryang tanso
copy	kopya
corkscrew	tribuson
corner	sulok, kanto
cornflower	harinang mais
correct	tama, totoo
correspond	sumulat, makipag-usap
corridor	pasilyo, koridor
cosmetics	kosmetiko
costume	damit, kasuotan
cot	teheras
cotton	bulak
cotton wool	bulak at lana
cough	ubo
cough (verb)	umubo
cough syrup	gamot sa ubo
counter	kawnter
country (nation)	bansa
country (rural area)	kanayunan
country code	kod ng bansa
courgette	sukini
course of treatment	panahon ng paggamot
cousin	pinsan
crab	alimasag, alimango
cracker	biskwit
cream	krema
credit card	kredit kard
crime	krimen
crockery	lutuan
cross (road, river)	tumawid
crossroad	sangandaan
crutch	saklay, muleta
cry	iyak
cubic meter	lalim at lapad, metro kubiko
cucumber	pipino
cuddly toy	kandunging laruan
cuff	lupi, punyos
cufflinks	himelo
cup	tasa
curly	kulot
current (electric)	kuryente
cursor	kursor
curtains	kurtina
cushion	almohadon, pananggalang
custom	ugali, kaugalian
customs	bayad sa adwana
cut (injury)	sugat
cut (verb)	sugatan

cutlery	*kubyertos*
cycling	*pagbisekleta*

D

dairy products	*produktong gatas*
damage	*pinsala, kapinsalaan*
dance	*sayaw*
dandruff	*balakubak*
danger	*peligro, panganib*
dangerous	*peligroso, mapanganib*
dark	*madilim*
date	*petsa*
date of birth	*araw ng kapanganakan*
daughter	*anak na babae*
day	*araw*
day after tomorrow	*kasunod bukas*
day before yesterday	*kamakalawa*
dead	*patay*
dead zone	*lugar na walang signal*
deaf	*bingi*
decaffeinated	*dekapinado, walang kapeyna*
December	*Disyembre*
declare (customs)	*magdeklara*
deep	*malalim*
deep freeze	*preserbahin sa lamig*
deep-sea diving	*pagsisid sa malalim na dagat*
defecate	*tumae*
degrees	*grado, antas, digri*
delay	*maantala*
delicious	*napakasarap*
dentist	*dentista*
dentures	*pustiso*
deodorant	*pamawing-amoy, deodorant*
department store	*malaking tindahan, almasen*
departure	*pag-alis, paglisan*
departure time	*oras ng pag-alis*
depilatory cream	*kremang pang-alis ng buhok*
deposit (in bank)	*deposito sa bangko*
deposit (for safekeeping)	*patago*
desert	*disyerto, ilang na pook*
dessert	*panghimagas*
destination	*patunguhan, destinasyon*
detergent	*panlinis*
develop (photo)	*magdebelop*
deworming medication	*pampapurga*
diabetic	*diyabetik, may diyabetis*
dial	*magdayal, dayal*
diamond	*diyamante, brilyante*
diaper	*lampin*
diarrhea	*pagtatae*
dictionary	*diksyunaryo*
diesel oil	*langis disel*
diet	*pagkain sa araw-araw*
difficulty	*paghihirap*

digital camera	*kamerang didyital*
dining car	*bagon na kainan*
dining room	*silid kainan*
dinner	*hapunan*
direct flight	*tuwirang paglipad*
direction	*direksiyon*
directly	*tuwiran*
dirty	*marumi*
disabled	*baldado*
disco	*disko*
discount	*diskwento, bawas sa presyo*
dish	*pagkain*
dish of the day	*putahe ng araw*
disinfectant	*pamatay-mikrobyo*
distance	*layo, agwat*
distilled water	*distiladong tubig, dinalisay na tubig*
disturb	*istorbo, gambala*
disturbance	*kaguluhan, gulo*
dive	*sisid, dayb*
diving	*pagsisid, pagdayb*
diving board	*daybing bord*
diving gear	*gamit pagsisid*
divorced	*diborsiyado/a, hiwalay*
dizzy	*pagkahilo*
do	*gumawa, gawin*
do not disturb	*huwag istorbuhin*
do-it-yourself store	*tindahan ng sariling pamimili*
doctor	*doktor*
dog	*aso*
doll	*manyika*
domestic	*pambahay*
done (cooked)	*lutong-luto*
door	*pinto*
dot (.com)	*dat*
double	*doble, dalawa*
down	*ibaba*
download	*dawnlowd*
drapes	*kurtina*
draught	*ihip ng hangin*
dream (verb)	*mangarap*
dream (noun)	*panaginip*
dress	*damit pambabae*
dressing	*gown bata*
dressing table	*mesang may salamin, tokador*
drink (alcoholic)	*alak na inumin*
drink (refreshment)	*inuming pampalamig*
drink (verb)	*uminom*
drinking water	*inuming tubig*
drive	*pagdadrayb, pagmamaneho*
driver	*drayber, tagapagmaneho*
driver's license	*lisensiya sa pagmamaneho*
drugstore	*botika*
drunk	*lasing*
dry	*tuyo*

dry (verb)	*tuyuin*
dry-clean	*laba sa kemikal*
dry-cleaners	*tagapaglaba sa kemikal*
duck	*itik, pato, bibi*
during	*habang, noong panahon ng*
during the day	*sa buong araw*
duty (tax)	*buwis*
duty-free goods	*walang buwis na paninda*
duty-free shop	*tindahang walang buwis ang paninda*
DVD	*DVD*

E

ear	*tainga*
ear drops	*gamot sa tainga*
earache	*pananakit ng tainga*
early	*maaga, una simula*
earrings	*hikaw*
earth	*lupa*
earthenware	*gawa sa lupa, pinalayok*
earthquake	*lindol*
east	*silangan*
easy	*madali*
eat	*kumain*
economy class	*klaseng ekonomi*
eczema	*eksema*
eel	*palos, balila*
egg	*itlog*
eggplant	*talong*
electric	*elektrika, de-kuryente*
electric fan	*bentilador*
electricity	*kuryente, elektrisiti*
electronic	*elektronik*
elephant	*elepante*
elevator	*elebeytor*
email	*emeyl*
embassy	*embahada, pasuguan*
embroidery	*pagboborda*
emergency brake	*prenong pangkagipitan*
emergency exit	*labasang pangkagipitan*
emergency phone	*teleponong pangkagipitan*
emery board	*emeyri bord*
emperor	*emperador*
empress	*emperatris*
empty	*basyo, walang laman*
engaged (on the phone)	*nasa telepono*
engaged (to be married)	*ikakasal*
England	*Ingglatera*
English	*Ingles*
enjoy	*magsaya*
enquire	*magtanong*
envelope	*sobre*
escalator	*eskeleytor, eskalador, hagdang gumagalaw*
escort	*eskorte, alalay*
essential	*kailangan*

evening	*gabi*
evening wear	*damit panggabi*
event	*pangyayari*
everything	*lahat*
everywhere	*sa lahat ng dako*
examine	*eksamen, pagsusulit*
excavation	*paghuhukay*
excellent	*napakahusay, napakagaling*
exchange	*palitan*
exchange office	*tanggapan sa palitan*
excursion	*ekskursiyon*
exhibition	*eksibisyon, displey*
exit	*labasan*
expenses	*mga gastos*
expensive	*mahal*
explain	*ipaliwanag*
express	*ekspres, madalian*
external	*panlabas*
eye	*mata*
eye drops	*gamot sa mata*
eye specialist	*espesyalista sa mata*

F

fabric	*tela*
face	*mukha*
Facebook	*Facebook/peysbuk*
factory	*pagawaan*
fall (season)	*taglagas*
fall (verb)	*bumagsak*
family	*pamilya*
famous	*kilalang-kilala, sikat*
fan	*tagahanga*
far away	*malayong-malayo*
farm	*bukid, taniman*
farmer	*mambubukid, magtatanim*
fashion	*nauuso, pamamaraan*
fast	*mabilis, madali*
father	*ama*
father-in-law	*biyenang lalaki*
fault	*kasalanan, pintas, depekto*
fax	*paksimile*
February	*Pebrero*
feel	*hawakan, hipuin*
feel like	*nais kong*
fence	*bakod*
ferry	*tawiran sa ilog, bantilan*
fever	*lagnat*
fiancé	*nobyo*
fiancée	*nobya*
file (computer)	*payl*
fill	*punuin, lagyan*
fill out (form)	*punuan, sagutan*
filling (dental)	*tambak sa butas, pasta*
filling (in food)	*palaman*

film (cinema)	*pelikula*
film (photo)	*pilm*
filter	*salaan, pansala*
filter cigarette	*may pansalang sigarilyo*
fine (good)	*mabuti*
fine (money)	*multa*
finger	*daliri*
fire	*apoy, sunog*
fire alarm	*hudyat ng apoy, alarma sa sunog*
fire department	*kagawaran sa sunog*
fire escape	*takasan sa sunog*
fire extinguisher	*pamatay sunog*
first	*una*
first aid	*pangunang lunas*
first class	*primera klase*
fish	*isda*
fish (verb)	*mangisda*
fishing rod	*pamingwit*
fitness club	*klab pangkalusugan*
fitness training	*pagsasanay pangkalusugan, ehersisyo pangkalusugan*
fitting room	*silid sukatan*
fix (puncture)	*ayusin, aregluhin, tapalan*
flag	*bandila, watawat*
flash (camera)	*ilaw ng kamera*
flashlight	*lente*
flatulence	*kabag*
flavor	*lasa*
flavoring	*pampalasa*
flea	*pulgas*
flea market	*flea market*
flight	*paglipad, lipad, pagtakas*
flight number	*numero sa paglipad*
flood	*baha*
floor	*sahig*
flour	*harina, arina*
flu	*trangkaso*
flush	*magbomba, bombahin*
fly (insect)	*langaw*
fly (verb)	*lumipad*
fog	*ulap*
foggy	*malabo, maulap*
folklore	*poklor, kaalamang-bayan*
follow	*sumunod, tumalima*
food (groceries)	*pagkain, groserya*
food (meal)	*agahan, tanghalian, hapunan*
food court	*pook kainan, karihan*
food poisoning	*nalason sa pagkain*
foot	*paa*
foot brake	*pampaang preno*
forbidden	*ipinagbabawal*
forehead	*noo*
foreign	*banyaga, dayuhan*
forget	*makalimot, limot*
fork	*tinidor*

form	*porma, pormularyo*
formal dress	*damit na pormal*
forward (letter)	*ipadala*
fountain	*paunten, bukal*
frame	*kuwadro, balangkas*
free (no charge)	*walang bayad, libre*
free (unoccupied)	*bacante, walang nakatira*
free time	*libreng oras*
freeze	*ilado, malamig*
french fries	*pritong patatas, prens prays*
fresh	*presko, sariwa*
Friday	*Biyernes*
fried	*pinirito, prito*
friend	*kaibigan, amigo/a*
friendly	*palakaibigan*
frightened	*takot, natatakot*
fringe (hair)	*nakalugay, nakalawit, nakaluyloy*
frozen	*nagyelo, ilado*
fruit	*prutas, bungang kahoy*
fruit juice	*katas ng prutas*
frying pan	*kawaling prituhan*
full	*puno, busog*
fun	*kasayahan, masaya*
funeral	*libing, paglilibing*

15

G

gallery	*galeriya*
game	*laro, paglalaro*
garage (car repair)	*garahe, talyer*
garbage	*basura*
garden	*hardin, halamanan*
garlic	*bawang*
garment	*damit*
gas (for heating)	*gaas, gas*
gas station	*estasyon ng gasolina*
gasoline	*gasolina, petrolyo*
gate	*tarangkahan, labasan, pintuan*
gear (car)	*kambiyo*
gem	*hiyas, mamahaling bato*
gender	*kasarian*
get off	*bumaba, umibis*
get on	*sumakay*
gift	*regalo, handog, kakayahan*
ginger	*luya*
girl	*batang babae*
girlfriend	*kasintahang babae*
given name	*pangalan*
glass (for drinking)	*baso*
glass (material)	*salamin*
glasses	*salamin sa mata*
gliding	*pagsalimbay*
glossy (photo)	*makintab*
gloves	*guwantes*
glue	*kula, pandikit*

gnat	niknik
go	lumakad, umalis, maglakbay
go back	umurong, bawiin
go out	lumabas, mapundi
gold	ginto
golf	golp
golf course	laruan ng golp
good afternoon	magandang hapon
good evening	magandang gabi
good morning	magandang umaga
good night	magandang gabi
goodbye	hanggang sa muli, paalam
goose	gansa
gram	gramo
grandchild	apo
granddaughter	apong babae
grandfather	lolo
grandmother	lola
grandparent	lolo at lola
grandson	apong lalaki
grape juice	katas ng ubas
grapes	ubas
grave	malubha, malala, puntod
gray	kulay-abo, abuhin
gray-haired	ubanin, maputing buhok
graze (injury)	nadaplisan
greasy	magrasa
green	lunti, berde
greengrocer	maggugulay at magpuprutas
greeting	pagbati, pagsalubong
grilled	inihaw
grocer	may-ari ng groserya
groceries	mga paninda
ground up	umunlad, sumulong
group	grupo, pangkat
guest house	bahay pambisita
guide (book)	patnubay, giya
guide (person)	giya, taga-akay, tagapatnubay
guided tour	may giyang pamamasyal
guilty	may sala, may kasalanan
gym	dyim, himnasyo
gynecologist	hinekologo

H

hair	buhok, balahibo
hairbrush	suklay sa buhok, heyrbras
haircut	gupit ng buhok, magpagupit
hairdresser	mangungulot, tagapagkulot, tagapag-ayos ng buhok
hairdryer	pantuyo ng buhok
hairspray	hersprey, pangwisik ng buhok
hairstyle	istilo ng buhok
half	kalahati, medya
half full	kalahati ang laman
hammer	martilyo

hand	*kamay*
hand brake	*kambiyo sa kamay*
hand luggage	*bagaheng bitbit*
hand towel	*tuwalyang pangkamay*
handbag	*hanbag, pitaka, kalupi*
handkerchief	*panyo, panyolito*
handmade	*gawa sa kamay*
happy	*masaya, nasisiyahan*
harbor	*kanlungan ng bapor, pantalan*
hard (difficult)	*mahirap*
hard (firm)	*matigas*
hardware store	*tindahan ng kagamitang metal, tindahan ng kasangkapang metal*
hat	*sumbrero*
hay fever	*sipong may lagnat*
head	*ulo*
headache	*sakit ng ulo*
headlights	*hedlayt, ilaw sa harapan*
health food shop	*tindahan ng pagkaing masustansiya, tindahan ng pagkaing pangkalusugan*
healthy	*malusog*
hear	*pakinig, makinig*
hearing aid	*tulong sa pandinig*
heart	*puso*
heart attack	*atake sa puso*
heat	*init, alab*
heater	*pampainit*
heavy	*mabigat*
heel (of foot)	*sakong*
heel (of shoe)	*takong*
hello	*helo, halo, hoy*
help	*tulong*
helping (of food)	*pagkain*
hem	*tupi, lupi, laylayan*
herbal tea	*tsaang herbal*
herbs	*herbs, damo*
here	*dito, narito*
high	*mataas*
high chair	*silyang may sandalan*
high tide	*paglaki ng tubig*
highway	*haywey, lansangang-bayan*
hiking	*mahabang paglalakbay, hayking*
hiking boots	*panghayking na sapatos, sapatos sa paglalakbay*
hip	*balakang*
hire	*umupa, arkila*
hitchhike	*makisakay*
hobby	*libangan*
holdup	*holdap, panghaharang*
holiday (festival)	*piyesta, pista*
holiday (public)	*walang pasok*
holiday (vacation)	*bakasyon, pamamahinga*
homesick	*sabik sa pag-uwi*
honest	*tapat, matapat*
honey	*pulut-pukyutan, hani*

horizontal	*pahalang, pahiga*
horrible	*kakila-kilabot*
horse	*kabayo*
hospital	*ospital*
hospitality	*mabuting pagtanggap*
hot (bitter, sharp)	*maanghang, mapait*
hot (warm)	*mainit*
hot spring	*mainit na bukal*
hot-water bottle	*boteng pangmainit na tubig*
hotel	*otel*
hour	*oras*
house	*bahay*
houses of parliament	*parlamento*
how?	*papaano?*
how far?	*gaano kalayo? malayo ba?*
how long?	*gaano katagal? matagal ba?*
how many?	*ilan?, gaano karami?*
how much?	*magkano?, ano ang presyo?*
hundred grams	*isang daang gramo*
hungry	*gutom*
hurry	*nagmamadali, magmadali*
husband	*asawang lalaki*
hut	*kubo, barung-barong*

I

ice cream	*sorbestes, ayskrim*
ice cubes	*yelong kubiko*
ice-skating	*iskeyting sa yelo*
iced	*may yelo, ilado*
idea	*ideya*
identification (card)	*ID, kard pagkakakilanlan, identipikasyon kard*
identify	*kilalanin, tukuyin*
ignition key	*susi sa ignisyon*
ill	*maysakit, may karamdaman*
illness	*sakit, karamdaman*
imagine	*ilarawan sa sarili, gunigunihin*
immediately	*kagyat, dali-dali*
import duty	*buwis sa pag-angkat*
important	*mahalaga, importante*
impossible	*imposible, hindi maaari*
improve	*pagbutihin, ayusin*
in	*nasa*
in the evening	*sa gabi*
in the morning	*sa umaga*
in-laws	*partido ng asawa*
included	*kasama, kalahok, kabilang*
including	*pagkakasama, pagkakalahok*
indicate	*magturo, magtukoy*
indicator (car)	*indikador ng kotse, indiykator*
indigestion	*hindi natunawan, impatso, indihestiyon*
inexpensive	*hindi mahal, mura*
infection	*impeksiyon*
infectious	*nakahahawa*
inflammation	*pamamaga*

information	impormasyon
information office	tanggapan/opisina pang-impormasyon
injection	iniksiyon, pagturok
injured	nasaktan, napinsala, nasugatan
inner tube	panloob na tubo
innocent	inosente, walang-sala
insect	insekto, kulisap
insect bite	kagat ng kulisap, kagat ng insekto
insect repellent	panlaban sa insekto
inside	sa loob
instructions	tagubilin, instruksyon
insurance	seguro
intermission	intermisyon, saglit na pagtigil
internal	internal, panloob
international	internasyonal, pandaigdig
Internet	internet
Internet café	Internet Kafe
Internet tv	telebisyon sa internet
interpreter	tagapagpaliwanag
intersection	interseksiyon, krosing, salikupan
introduce oneself	pagpapakilala sa sarili
invite	mag-imbita, mag-anyaya
invoice	resibo, inboys
iodine	yodo, ayodin
Iphone	i-pon
Ireland	Irelanda
iron (for clothes)	plantsa
iron (metal)	yero, ayorn, bakal, metal
iron (verb)	magplantsa
ironing board	plantsahan
island	isla, pulo
itch	kati, nangangati

J

jack (for car)	dyak, kalso
jacket	dyaket, tsaketa
jackfruit	langka
jam	dyam, halaya, magbara
January	Enero
jaw	panga
jeans	dyins, pantalon
jellyfish	dikya
jeweler	alahero, platero, mag-aalahas
jewelry	alahas
job	trabaho, hanapbuhay
jog	yagyag, pagkalog
joke	biro, biruin
journey	paglalakbay
juice	katas
July	Hulyo
June	Hunyo

K

| karaoke house | karaokehan |

kerosene	*gas, gaas*
key	*susi*
key (on a keyboard)	*ki*
keyboard	*kibord*
kidney	*bato*
kilogram	*kilogramo*
king	*hari*
kiss	*halik*
kiss (verb)	*halikan*
kitchen	*kusina, lutuan*
knee	*tuhod*
knife	*kutsilyo*
knit	*niting, gantsilyo*
know	*malaman, mabatid*

L

lace (fabric)	*puntas, leys*
laces (for shoes)	*tali ng sapatos*
ladder	*hagdan*
lake	*lawa*
lamb	*batang tupa, kordero*
lamp	*ilawan, lampara*
land (ground)	*lupain, lupa*
land (verb)	*bumaba, pagbaba*
lane (of traffic)	*kalyehon, eskinita*
language	*wika, lengguwahe*
laptop	*laptap*
large	*malaki*
last (endure)	*tumagal*
last (final)	*hulihan, katapusan*
last night	*kagabi*
late	*nahuli, naantala, namatay*
later	*mamaya, sa huli na*
laugh	*tawa, tumawa, pagtawa*
launderette	*londri, palabahan*
laundry soap	*sabon panlaba*
law	*batas*
lawyer	*abogado, solisitor, mananangggol*
laxative	*purga, laksante*
leak	*tulo, nabunya*
leather	*katad, balat*
leather goods	*gawa sa katad, gawa sa balat*
leave	*umalis, pag-alis*
left	*kaliwa*
left behind	*naiwan*
leg	*binti*
leggings	*pulinas*
leisure	*pahinga, malayang oras*
lemon	*lemon, dayap*
lend	*magpahiram, hiram*
lens (camera)	*lente ng kamera*
less	*kulang, kaunti, mas maliit*
lesson	*aralin*
letter	*sulat, letra, liham*

lettuce	*litsugas*
level crossing	*paso nibel*
library	*aklatan, librereya*
lice	*kuto*
license	*lisensiya, permiso*
lie (be lying)	*magsinungaling, sinungaling*
lie (falsehood)	*hindi totoo, walang katotohanan*
lie down	*nakahiga*
lift (elevator)	*elebeytor*
lift (in car)	*makisakay*
light (lamp)	*ilaw, lampara*
light (not dark)	*maliwanag*
light (not heavy)	*magaan*
light bulb	*ilaw dagitab, bombilya*
lighter	*layter, pansindi, panindi*
lightning	*kidlat*
like (verb)	*magkagusto, maibigan*
line	*linya, guhit*
linen	*linen, telang de ilo*
lining	*aporo*
liqueur	*alak na gawa sa prutas*
liquor store	*tindahan ng alak*
listen	*makinig, pakinggan*
liter	*litro*
literature	*literatura, panitikan*
little (amount)	*kaunti, maliit na halaga*
little (small)	*maliit*
live (alive)	*buhay*
live (verb)	*mabuhay, mamuhay*
liver	*atay*
lizard	*butiki*
lobster	*ulang*
local	*lokal*
lock	*pansara, kandado*
log off	*lag op*
log on	*lag-on*
long	*mahaba*
long-distance call	*malayong tawag*
look at	*tingnan, pagmasdan*
look for	*hanapin ang, tingnan ang*
look up	*tingnan sa, hanapin sa*
lose	*matalo*
loss	*kalugihan, nalugi*
lost (can't find way)	*hindi makita, hindi mahanap*
lost (missing)	*nawala, nawawala*
lost and found office	*tanggapan ng nawala at nakita*
lotion	*losyon*
loud	*malakas, maingay*
love	*pag-ibig, amor, pagmamahal*
love (verb)	*ibigin, mahalin*
low	*mababa*
low tide	*kati, pagkati ng tubig*
LPG	*LPG*
luck	*suwerte, may kapalaran*

luggage	*bagahe, maleta*
luggage locker	*lalagyan ng bagahe*
lumps (sugar)	*tipak, umbok*
lunch	*pananghalian, tanghalian*
lungs	*baga*

M

madam	*madam, Bb. Gng*
magazine	*magasin, rebista*
mail (letters)	*koreo, sulat*
mail (verb)	*maghulog ng sulat, magpadala ng sulat*
main post office	*pangunahing tanggapan ng koreo, tanggapang sentral ng koreo*
main road	*pangunahing kalye, malaking kalye*
make, create	*gumawa, gawin*
make an appointment	*makipagtipan, makipagkita*
make love	*magseks, makipagtalik*
makeshift	*pansamantala*
makeup	*gawa-gawa, mek ap*
man	*tao, lalaki*
manager	*manedyer, tagapamahala*
mango	*mangga*
manicure	*manikyur*
many	*marami*
map	*mapa*
marble	*marmol*
March	*Marso*
margarine	*margarina, mantikilya*
marina	*marina, pantalan, daungan*
marital status	*katayuang pangkasal*
market	*merkado, palengke*
married	*kasal*
mass	*misa, mga tao*
massage	*masahe*
mat (on floor)	*banig, higaan*
mat (on table)	*mantel, sapin sa mesa*
match	*katumbas, katugma, posporo*
matches	*paglalaban*
matte (photo)	*hindi makintab*
May	*Mayo*
maybe	*sana, maaari, baka*
mayonnaise	*mayonesa*
mayor	*alkalde, mayor*
meal	*pagkain*
mean	*ibig sabihin*
measure	*sukat, timbang*
measure out	*sukatin, timbangin*
measuring jug	*pansukat na pitsel*
meat	*karne*
medication	*gamot, paggagamot*
medicine	*medisina, gamot*
meet	*pakikipagkita, pakikipagtagpo*
melon	*milon*
member	*miyembro, kasapi*

15

member of parliament	miyembro ng parlamento
membership card	kard ng pagkakasapi
mend	sulsi, kumpuni
menstruate	magregla, pagreregla
menstruation	regla
menu	menu, talaan ng putahe
message	mensahe
metal	metal
metal detector	detektor ng bakal
meter (in taxi)	metro ng taksi
meter (measure)	metro
migraine	matinding sakit ng ulo
mild (taste)	kainaman, katamtaman
milk	gatas
millimeter	milimetro
mineral water	tubig na mineral
minute	minuto, sandali, saglit
mirror	salamin
miss (flight, train)	nahuli
miss (loved one)	masabik
missing	nawawala, nananabik
missing person	nawawalang tao
mist	manipis na ulap
misty	maulap, malabo
mistake	kamalian
mistaken	nagkakamali
misunderstanding	hindi pagkakaunawaan
mixed	magkahalo, pinaghalo
modern art	modernong sining, makabagong sining
moment	saglit, sandali
monastery	monasteryo
Monday	Lunes
money	pera, kuwalta
monkey	unggoy, matsing
month (calendar)	buwan
moon	buwan
moped	nilampaso
mosquito	lamok
mosquito net	kulambo, muskitero
motel	motel
mother	ina
mother-in-law	biyenang babae
motorbike	motorsiklo
motorboat	bangkang de motor
mountain	bundok
mountain hut	kubo sa bundok
mouse	daga
mouth	bibig
MSG	MSG
much	marami, malaki
mud	putik
muscle	kalamnan
muscle spasms	pulikat ng kalamnan
museum	museo

mushrooms	*kabuti*
music	*musika, tugtugin*

N

nail (finger)	*kuko*
nail (metal)	*pako*
nail file	*kikil ng kuko*
nail scissors	*gunting sa kuko*
naked	*hubo't hubad*
nappy, diaper	*lampin*
nationality	*pagkamamamayan, nasyonalidad*
natural	*natural, likas*
nature	*kalikasan*
nauseous	*naduduwal, nahihilo*
near	*malapit*
nearby	*kanugnog*
necessary	*kailangan*
neck	*leeg*
necklace	*kuwintas*
necktie	*kurbata*
needle	*karayom*
negative (photo)	*negatibo*
neighbor	*kapitbahay*
nephew	*pamangking lalaki*
never	*hindi kailanman*
new	*bago*
news	*balita*
news stand	*tindahan ng diyaryo*
newspaper	*pahayagan, peryodiko*
next	*kasunod*
next to	*kasunod ng*
nice (person)	*nakalulugod na tao*
nice (pleasant)	*maaliwalas, kaaya-aya*
niece	*pamangking babae*
night	*gabi, evening*
night duty	*panggabi*
nightclothes	*pantulog*
nightclub	*naitklab, naytklab*
nightdress	*damit pantulog*
nipple (bottle)	*mamador*
no	*hindi*
no-one	*walang sinuman*
no entry	*bawal pumasok, walang pasukan*
no thank you	*hindi, salamat*
noise	*ingay*
nonstop (flight)	*walang tigil na biyahe*
noodles	*pansit*
normal	*normal, karaniwan*
north	*hilaga*
nose	*ilong*
nose drops	*gamot sa ilong*
nosebleed	*balinguyngoy*
notebook	*notbuk, kuwaderno*
notepaper	*papel sulatan*

nothing	walang anuman, hindi mahalaga
November	Nobyembre
nowhere	walang patunguhan
number	numero
number plate	numero ng plaka
nurse	nars
nuts	mani

O

occupation	hanapbuhay, trabaho
October	Oktubre
off (gone bad)	nasira
off (turned off)	pinatay (ilaw)
offer	alok
office	tanggapan
oil	langis
oil level	linya ng langis
ointment	oynment, pamahid
okay	okey lang
old	matanda
on (turned on)	sa
on, at	sa
on board	nakasakay
on the left	sa kaliwa
on the right	sa kanan
on the way	parating, darating na
oncoming car	pasalubong na kotse
one-way ticket	isang patunguhang tiket
one-way traffic	isahang trapiko
onion	sibuyas
open	bukas
open (verb)	magbukas
operate (surgeon)	mag-opera, magtistis
operator (telephone)	opereytor, tagasagot ng telepono
opposite	katapat, kaharap
optician	optisiyan, optiko
orange (color)	kulay-kahel
orange (fruit)	dalandan, kahel
order	utos, kautusan
order (verb)	mag-utos, ipag-utos
other	iba
other side	kabilang gilid
outside	labas
over there	doon sa
overpass	oberpas
overseas	sa ibang bansa
overtake	lampasan
oyster	talaba

P

pacemaker	peysmeyker
packed lunch	baong pananghalian
page	pahina
pain	sakit, masakit

painkiller	*pamatay ng sakit*
paint	*pintura*
painting (art painting)	*pinta*
pajamas	*pantulog, padyama*
palace	*palasyo*
pan	*kawali, paggalaw ng kamera*
pane	*salamin ng bintana*
panties	*mga panti, mga salawal*
pants	*pantalon*
pantyhose	*pantihos*
papaya (tree and fruit)	*papaya*
paper	*papel*
paraffin oil	*parapina, gaas*
parasol	*payong*
parcel	*pakete, balutan*
pardon	*patawad*
parents	*mga magulang*
park (verb)	*gumarahe, magpark*
park, gardens	*hardin, liwasan*
parking garage	*garahehan*
parking space	*paradahan*
part (car-)	*piyesa*
partner	*partner, kasama, kabakas*
party	*pagtitipon, parti, kasayahan*
passable (road)	*madadaanan*
passenger	*pasahero*
passionfruit	*prutas pasyonaryo*
passport	*pasaporte*
passport photo	*larawang pampasaporte*
password	*pasword*
patient	*pasyente, matiyaga*
pay	*bayad, sahod, suweldo*
pay the bill	*magbayad ng utang*
peach	*pitses*
peanut	*mani*
pear	*peras*
pearl	*perlas*
peas	*gisantes*
pedal	*pidal*
pedestrian crossing	*tawiran ng tao*
pedicure	*pedikyur*
pen	*pluma, panulat*
pencil	*lapis*
penknife	*korta pluma*
penis	*titi, utin, ari ng lalaki*
people	*tao, mga tao*
pepper (black)	*paminta*
pepper (chilli)	*sili*
performance	*pagganap*
perfume	*pabango*
perhaps	*marahil, malamang*
period (menstrual)	*may regla*
permit	*permiso, pahintulot*
person	*tao*

personal	*personal, pansarili*
pet	*alagang hayop*
petrol	*gasolina*
petrol station	*estasyon ng gasolina*
pharmacy	*parmasya, botika*
phone	*telepono*
phone (verb)	*magtelepono, tumawag sa telepono*
phone booth	*silid ng telepono*
phone card	*kard ng telepono*
phone directory	*direktoryo ng telepono*
phone number	*numero ng telepono*
photo	*retrato, larawan*
photocopier	*makinang pangkopya*
photocopy	*larawang sipi*
photocopy (verb)	*gumawa ng larawang sipi*
phrasebook	*aklat parirala*
pick up (come to)	*sunduin*
picnic	*piknik*
picture	*lawaran*
pill (contraceptive)	*pil para di-mabuntis*
pillow	*unan*
pillowcase	*punda ng unan*
pills, tablets	*tableta, pildoras*
pin	*aspili*
pineapple	*pinya*
pipe (plumbing)	*tubo*
pipe (smoking)	*pipa, kuwako*
pity	*awa, habag*
place of interest	*gustong lugar*
plain (not flavored)	*walang lasa*
plain (simple)	*simple, payak*
plan (intention)	*balak*
plan (map)	*mapa*
plane	*eroplano*
plant	*tanim*
plaster cast	*moldeng plaster*
plastic	*plastik*
plastic bag	*supot na plastik, bag na plastik*
plate	*plato*
platform	*plataporma, entablado*
play (drama)	*dula*
play (verb)	*maglaro*
play golf	*maglaro ng golp*
play sports	*maglaro ng isport*
play tennis	*maglaro ng tenis*
playground	*palaruan*
playing cards	*baraha*
pleasant	*nakalulugod, kalugod-lugod*
please	*maaari ba?, sana, kung*
pleasure	*kaluguran, kagalakan*
plug (electric)	*plag ng kuryente*
plug adapter	*adaptor sa saksakan*
plum	*sirwelas*
pocket	*bulsa*

pocketknife	*kortapluma*
point out	*ipakita*
poisonous	*nakakalason*
police	*pulis*
police officer	*pinunong pulis*
police station	*estasyon ng pulis*
pond	*lanaw, lawa*
pony	*buriko*
population	*populasyon, mga tao*
pork	*karneng baboy*
port	*puwerto, daungan, kuta*
porter (concierge)	*tagatanggap ng bisita*
porter (for bags)	*kargador, pahinante*
possible	*maaari*
post (verb)	*magpadala ng sulat, maghulog ng sulat*
post office	*tanggapan ng koreo*
postage	*selyo*
postbox	*buson*
postcard	*postkard, tarheta postal*
postcode	*postkod*
postpone	*ipagpaliban, magpaliban*
potato	*patatas*
potato chips	*pitsa, malutong na patatas*
poultry	*poltri, manukan*
powdered milk	*pulbos na gatas*
power outlet	*saksakan ng kuryente*
prawn	*sugpo, hipon*
precious metal	*mahalagang metal*
precious stone	*mahalagang bato*
prefer	*mas gusto, mas pipiliin*
preference	*pagkiling, pagtatangi*
pregnant	*buntis*
prescription	*reseta, preskripsiyon*
present (gift)	*regalo*
present (here)	*nandito, narito*
press	*diin, diinan*
pressure	*pamimilit*
price	*presyo, halaga*
price list	*listahan ng presyo*
print (picture)	*retrato*
print (verb)	*maglimbag*
probably	*marahil, baka*
problem	*problema, suliranin*
profession	*propesyon, karera, trabaho*
profit	*tubo, kita*
program	*programa*
pronounce	*hatol, binigkas*
propane	*walang kulay na gaas*
public bathroom	*pampublikong palikuran*
pudding	*puding*
pull	*hilahin, batakin, kabigin*
pull a muscle	*batakin ang kalamnan*
pulse	*pulso*
pure	*puro, dalisay*

purify	dalisayin, maglinis
purple	biyoleta, murado
purse (for money)	pitaka, kortamoneda
purse (handbag)	bag
push	itulak
puzzle	palaisipan
pyjamas	padyama, damit pantulog

Q

quarter	tirahan, ikaapat na bahagi
quarter of an hour	ikaapat na bahagi ng oras
queen	reyna
question	tanong
quick	mabilis, maliksi
quiet	tahimik, walang imik

R

radio	radyo
railroad, railway	riles, perokaril
rain	ulan
rain (verb)	uulan
raincoat	kapote
rape	gahasa, ginahasa
rapids	malakas na agos
rash	pangahas, mapusok
rat	daga
raw	di-luto, hilaw
razor blade	labaha, pang-ahit
read	magbasa
ready	handa
really	siyanga, talaga, totoo
reason	dahilan, sanhi, layon
receipt	resibo
reception desk	pupitre, misita pambisita
recipe	resipi, putahe
reclining chair	upuang nakahilig
recommend	rekomenda, tagubilin
rectangle	rektanggular, parihaba
red	pula
red wine	pulang alak
reduction	pagbabawas
refrigerator	repridyeretor, palamigan
refund	pagbalik ng pera
regards	pagbati, pangungumusta
region	rehiyon
registered	rehistrado
relatives	mga pinsan, kamag-anak
reliable	maasahan, mapagkakatiwalaan
religion	relihiyon, paniniwala
rent out	pinauupahan, pinarerentahan
repair	magkumpuni, iwasto
repairs	kumpunihin
repeat	ulit, ulitin
repentance	pagsisisi

report (police)	*ulat ng pulis*
reserve	*ibukod, reserba*
responsible	*responsable, mananagot*
rest	*pahinga*
restaurant	*restoran*
restroom	*silid pahingahan*
result	*resulta*
retired	*retirado, namahinga*
return ticket	*balikang tiket*
reverse (car)	*umurong, pag-urong*
rheumatism	*rayuma*
ribbon	*laso, ribon*
rice (cooked)	*kanin*
rice (grain)	*bigas*
ridiculous	*katawa-tawa*
riding (horseback)	*pangangabayo*
right (correct)	*tama, wasto, tumpak*
right (side)	*kanang tabi*
right of way	*karapatan sa daan*
rinse	*banlaw, hugasan*
ripe	*hinog*
risk	*peligro, panganib*
river	*ilog*
road	*kalye, lansangan*
roadway	*daan*
roasted	*inihaw*
rock (stone)	*malaking bato*
roll (bread)	*tinapay*
roof	*bubong*
roof rack	*panghawak ng bubong*
room	*kuwarto, silid*
room number	*numero ng silid*
room service	*serbisyo sa silid*
rope	*lubid*
route	*ruta, daan*
rowing boat	*may gaod na sasakyan*
rubber	*goma*
rude	*bastos, walang galang*
ruins	*wasak, nasira*
run	*takbo*
running shoes	*sapatos pantakbo*

S

sad	*lungkot*
safe	*ligtas*
safe (for cash)	*kaha, kahang bakal*
safety pin	*imperdible*
sail (verb)	*maglayag*
sailing boat	*bangkang panlayag*
salad	*salad*
sale	*baratilyo*
sales clerk	*tindero/a*
salt	*asin*
same	*pareho, katulad*

sandals	sandalyas
sandy beach	buhanginan
sanitary towel	malinis na tuwalya
satisfied	nasisiyahan
Saturday	Sabado
sauce	sarsa, sawsawan
saucepan	kaserola
sauna	sawna
say	sabi, turing, salita
scald (injury)	napaso
scales	timbangan
scanner	iskaner
scarf (headscarf)	bandana
scarf (muffler)	bupanda, mapler, pambalabal
scenic walk	pamamasyal sa magandang tanawin
school	paaralan, eskwelahan
scissors	gunting
Scotland	Eskosiya
screw	turnilyo
screwdriver	disturnilyador, iskrudrayber
scuba diving	iskuba daybing
sculpture	paglililok, eskultura
sea	dagat
seasick	lula, hilo
seat	upuan
second (in line)	pangalawa
second (instant)	segundo
second-hand	segunda-mano, gamit na
security	seguridad
security checkpoint	tsekpoint para sa seguridad
sedative	gamot pampakalma
see	tumingin
send	magpadala
sentence	pangungusap
sentence (jail)	sentensiya, hatol
separate	hiwalay
September	Setyembre
serious	seryoso, malubha, maselan
service	serbisyo, paglilinkod
service station	gasolinahan, pagawaan
serviette	serbilyeta
sesame oil	langis sesame
sesame seeds	buto ng sesame
set	itakda, ilagay, ilapat
sew	manahi, tahiin
shade	lilim
shallow	mababaw
shame	hiya
shampoo	siyampu
shark	pating
shave	mag-ahit, ahitin
shaver	pang-ahit
shaving cream	kremang pang-ahit
sheet	kumot

shirt	*kamisadentro*
shoe	*sapatos*
shoe polish	*pampakintab ng sapatos*
shop (verb)	*bumili, mamili*
shop, store	*tindahan*
shop assistant	*katulong sa tindahan*
shopping center	*sentrong pamilihan*
shop window	*bintanang salamin ng tindahan*
short	*maikli, mababa*
short circuit	*pagtigil ng kuryente, maikling sirkwit*
shorts (short trousers)	*korto*
shorts (underpants)	*kalsonsilyo*
shoulder	*balikat*
show	*palabas, pagtatanghal*
shower	*paliligo sa dutsa, syawer*
shrimp	*hipon*
shutter (camera)	*pindutan*
shutter (on window)	*persiyana, pantakip ng bintana*
sieve	*salain, bistayin*
sightseeing	*pagliliwaliw, paglilibot sa mga tanawin*
sign (road)	*karatula*
sign (verb)	*pumirma, markahan*
signature	*pirma, lagda*
silence	*katahimikan*
silk	*sutla, seda*
silver	*plata, pilak*
SIM card	*sim kard*
simple	*simple, payak, madali*
single (only one)	*nag-iisa, nagsosolo*
single (unmarried)	*walang asawa*
single ticket	*tiket para sa isa*
sir	*mahal na ginoo, G.*
sister	*kapatid na babae*
sit (be sitting)	*uupo*
sit down	*maupo*
size	*laki, dami, tamanyo*
skiing	*pag-iski*
skin	*balat, katad*
skirt	*palda*
sleep	*tulog*
sleeping car	*tulugang bagon, tulugang kotse*
sleeping pills	*pampatulog na pilduras*
sleeve	*manggas*
slip	*kamison, nagwas*
slippers	*tsinelas*
slow	*mahina, mabagal*
slow train	*mabagal na tren*
small	*maliit, malinggit, kaunti*
small change	*barya*
smartphone	*smartphone/ismartpon*
smell	*amoy*
smoke	*usok*
smoke detector	*detektor ng usok*
smoked	*pinausukan*

snake	*ahas*
snorkel	*isnorkel*
snow	*niyebe, isnow*
snow (verb)	*magniyebe*
soap	*sabon*
soap powder	*pulbos na sabon*
soccer	*saker*
soccer match	*labanan sa saker, tunggalian sa saker*
socket (electric)	*saket*
socks	*medyas*
soft drink	*inuming pampalamig*
sole (of shoe)	*suwelas*
someone	*isang tao*
sometimes	*minsan*
somewhere	*kung saan, sa*
son	*anak na lalaki*
soon	*agad, mayamaya, hindi magtatagal*
sore (painful)	*mahapdi, makirot*
sore (ulcer)	*ulser*
sore throat	*masakit ang lalamunan*
sorry	*patawad*
soup	*sabaw, sopas*
sour	*maasim, panis*
south	*timog, sur*
souvenir	*subenir, alaala*
soy sauce	*toyo*
spanner, wrench	*panghigpit*
spare	*reserba, pamalit*
spare parts	*pamalit na piyesa*
spare tire	*pamalit na goma, reserbang goma*
spare wheel	*pamalit na gulong, reserbang gulong*
speak	*salita*
special	*espesyal, natatangi*
specialist (doctor)	*espesyalista*
specialty (cooking)	*kahusayan sa pagluto*
speed limit	*hangganan ng bilis/tulin*
spell	*magbaybay, mag-ispeling*
spices	*rekado*
spicy	*malasa, marekado*
spoon	*kutsara*
sport	*isport, palakasan*
sports center	*sentro ng palakasan, isport senter*
spot (place)	*lugar, pook*
spot (stain)	*mantsa, batik*
spouse	*asawa, kabiyak*
sprain	*pilay*
spring (device)	*muwelye, kuwerdas*
spring (season)	*tagsibol*
square (plaza)	*liwasan, parke*
square (shape)	*parisukat, kuwadrado*
square meter	*metro kuwadrado*
squash (game)	*iskwas*
squash (vegetable)	*kalabasa*
stadium	*istadyum*

stain	*mantsa, dungis*
stain remover	*pang-alis ng mantsa*
stairs	*hagdan*
stamp	*selyo*
stand (be standing)	*nakatayo*
stand up	*tumayo*
star	*istar, bituin*
starfruit	*balimbing*
start	*simula*
station	*estasyon*
statue	*monumento, istatuwa*
stay (in hotel)	*nakatira sa otel*
stay (remain)	*maiwan*
steal	*magnakaw*
steamed	*pinasingawan*
steel	*bakal, asero*
stepfather	*amang panguman, tiyo*
stepmother	*inang panguman, tiya*
steps	*hakbang*
sterilise	*magpakulo, pakuluan*
sticking plaster	*plaster na pandikit*
sticky tape	*pandikit na teyp*
stir-fried	*madaliang pagluto*
stitches (in wound)	*tahi ng sugat*
stomach (abdomen)	*sikmura*
stomach (organ)	*tiyan*
stomach ache	*sakit ng tiyan*
stomach cramps	*pulikat sa tiyan*
stools	*bangkito, dumi ng tao*
stop (bus-)	*hintuan ng bus*
stop (cease)	*tumigil*
stop (halt)	*tigil*
stopover	*pansamantalang paghinto*
store, shop	*tindahan*
storm	*bagyo, unos*
story (of building)	*palapag*
straight	*tuwid*
straight ahead	*tuloy-tuloy*
straw (drinking)	*istro, pansipsip*
street	*kalye, lansangan*
street vendor	*tindero/a sa kalye, nagtitinda sa kalye*
strike (work stoppage)	*welga, aklasan*
string	*lubid*
strong	*malakas*
study	*pag-aaral*
stuffed animal	*hayop na pinalamnan*
stuffing	*pagpalamnan*
subtitles	*pangalawang pamagat*
succeed	*magtagumpay, maisakatuparan*
sugar	*asukal, matamis*
suit	*terno, bagay*
suitcase	*maleta*
summer	*tag-init, tag-araw*
sun	*araw*

sunbathe	*pagbibilad sa araw, paaraw*
Sunday	*Linggo*
sunglasses	*salamin sa araw*
sunhat	*sumbrero sa araw*
sunrise	*pagsikat ng araw*
sunscreen	*takip sa sikat ng araw*
sunset	*paglubog ng araw*
sunshade	*lilim ng araw*
sunstroke	*liwanag ng araw*
suntan lotion	*pamahid sa pagpapaaraw*
suntan oil	*langis santan*
supermarket	*malaking tindahan, supermarket*
surcharge	*dagdag-bayad*
surf	*alon, alimbukay, daluyong*
surface mail	*ordinaryong koreo*
surfboard	*surpbord, tablang pang-alon*
surname	*apelyido*
surprise	*supresa, nagulat*
swallow	*lunukin, lulunin*
swamp	*lati, latian*
sweat	*pawis*
sweater	*sweter, damit panlamig*
sweet	*tamis, matamis*
sweetcorn	*matamis na mais, murang mais*
swim	*paglangoy*
swimming costume	*damit panlangoy*
swimming pool	*languyan, paliguan*
swindle	*dayain, tansuin, subain*
switch	*suwits, pagbabago*
synagogue	*sinagog, sambahan ng mga Hudyo*
syrup	*arnibal, sirup*

T

table	*mesa, lamesa, papag*
table tennis	*pingpong*
tablecloth	*mantel, tapete*
tablemat	*mantel na maliit*
tablespoon	*kutsarang pangmesa*
tablets	*tableta, pilduras*
tableware	*gamit sa mesang kainan*
take (medicine)	*uminom ng gamot*
take (photograph)	*kunan ng retrato*
take (time)	*tagal*
talk	*pag-uusap, usapan*
tall	*mataas, matangkad*
tampon	*tampon, pasador*
tanned	*kulay kayumanggi*
tap	*gripo, tapik*
tap water	*tubig mula sa gripo*
tape measure	*medida, panukat*
tassel	*borlas, palawit*
taste	*panlasa*
taste (verb)	*tikman, lasahin*
tax	*buwis*

tax-free shop	*tindahang walang buwis*
taxi	*taksi, taksikab*
taxi stand	*himpilan ng taksi*
tea (black)	*tsaa*
tea (green)	*luntiang tsaa*
teacup	*tasa ng tsaa*
teapot	*tsarera*
teaspoon	*kutsarita*
teat (bottle)	*tsupon*
telephoto lens	*lenteng telepoto*
television	*telebisyon*
telex	*teleks*
temperature (heat)	*temperatura*
temperature (body)	*mainit, may sinat*
temple	*templo, simbahan*
temporary filling	*pansamantalang pasak*
tender, sore	*masakit, mahapdi*
tennis	*tenis*
ten	*sampu*
tent	*tolda, kulandong*
Terminal fee	*bayad sa terminal*
terminus	*hangganan ng ruta, hangganan ng biyahe*
terrace	*terasa, asoteya*
terribly	*masyado, lubha, napaka*
texting	*teksting*
text message	*mensahe sa teks*
thank	*salamat*
thank you, thanks	*salamat sa iyo, salamat*
thaw	*tumunaw, matunaw*
theater	*teatro, sinehan*
theft	*pagnanakaw*
there	*diyan, riyan, doon*
thermometer (body)	*init ng katawan*
thermometer (weather)	*termometro*
thick	*kapal, makapal*
thief	*magnanakaw*
thigh	*hita*
thin (not fat)	*payat, di mataba*
thin (not thick)	*manipis, malabnaw*
think (believe)	*paniwala*
think (ponder)	*mag-isip, nag-iisip*
third (1/3)	*pangatlo, ikatlong bahagi*
thirsty	*nauuhaw*
this afternoon	*ngayong hapon*
this evening	*ngayong gabi*
this morning	*ngayong umaga*
thread	*sinulid*
throat	*lalamunan*
throat lozenges	*kending panlalamunan*
thunderstorm	*bagyong may kulog at kidlat*
Thursday	*Huwebes*
ticket (admission)	*tiket sa pagpasok*
ticket (travel)	*tiket sa pagbiyahe*
ticket office	*bilihan ng tiket, tiketan*

tidy	malinis, maayos
tie (necktie)	kurbata
tie (verb)	talian, magtali
tights (thick)	damit kapit-balat
tights (pantyhose)	pantihos, kapit-balat na panti at medyas
time (occasion)	pangyayari, pagkakataon
times (multiplying)	multiplikahin, paramihin
timetable	talaorasan, itiniraryo
tin (can)	lata
tin opener	abrelata
tip (gratuity)	tip, pabuya
tire	goma
tire pressure	puwersa ng goma
tissues	tisyu, himaymay, hilatsa
tobacco	tabako
today	ngayon
toddler	dalawa hanggang tatlong taong gulang na bata
toe	daliri ng paa
together	magkasama
toilet	kubeta, kasilyas, palikuran
toilet paper	papel pangkubeta
toilet seat	upuan sa kubeta
toiletries	gamit sa pag-aayos ng katawan
tomato	kamatis
tomorrow	bukas
tongue	dila
tonight	mamayang gabi
tool	gamit, kagamitan
tooth	ngipin
toothache	sakit sa ngipin
toothbrush	sipilyo sa ngipin
toothpaste	tutpeyst, kremang pansipilyo
toothpick	tutpik, pantenga, palito
top up	dagdagan
torch, flashlight	lente
total	kabuuan
tough	matatag, malakas, makunat
tour	pagliliwaliw, paglalakbay
tour guide	guide giya sa paglalakbay
tourist class	klase panturista
tourist information office	tanggapang pang-impormasyon ng turista
tow	hatak, hila
tow cable	kableng panghila, kableng panghatak
towel	tuwalya
tower	tore, kampanaryo
town	bayan
town hall	munisipyo
toy	laruan
traffic	trapiko
traffic light	ilaw trapiko
train	tren
train station	estasyon ng tren, himpilan ng tren
train ticket	tiket ng tren
train timetable	iskedyul ng tren

translate	salin, pagsasalin
travel	paglalakbay, pagbibiyahe
travel agent	ahente sa paglalakbay
traveler	biyahero, manlalakbay
traveler's cheque	tseke pambiyahero, tseke ng manlalakabay
treatment	trato, paggamot
triangle	triyanggulo, tatsulok
trim (haircut) trip	na trim magpagupit
truck	trak, bus
trustworthy	mapagkakatiwalaan
try on	isukat
tube (of paste)	tubo ng pandikit
Tuesday	Martes
tuna	tuna
tunnel	daan sa ilalim ng lupa, tanel
turn off	patayin, isara
turn on	buksan
turn over	baligtarin
TV	TV/Telebisyon
TV guide	programa ng TV
tweet	tuwit
tweezers	tiyani
twin-bedded	dalawahang higaan
Twitter	tuwiter
typhoon	bagyo

U

ugly	pangit
UHT milk	gatas UHT
ulcer	ulser, nagnanaknak na sugat
umbrella	payong
under	sa ilalim, sa ibaba
underpants	kalsonsilyo, kasuotang panloob ng lalaki
underpass	lagusan sa ilalim ng lupa, lagos lupa
understand	unawain, intindihin
underwear	damit panloob
undress	maghubad
unemployed	walang trabaho
uneven	hindi pantay, hindi patag
university	unibersidad, pamantasan
unleaded	walang tingga
up	sa itaas, paitaas
upload	aplowd
upright	nakatayo, nakatindig
urgent	madalian, importante
urgently	kahalagahan, mahigpit na pangangailangan
urine	ihi
username	pangalan ng gumagamit
usually	karaniwan

V

vacate	iwan, lisanin
vacation	bakasyon, pamamahinga
vaccinate	pagbakuna, bakunahan

vagina	*ari ng babae*
valid	*tunay, totoo, may bisa*
valley	*lambak*
valuable	*mahalaga, mamahalin*
valuables	*mahalagang bagay*
van	*wagon/bagon*
vase	*plorera*
vegetable	*gulay*
vegetarian	*gulay lamang ang kinakain*
vein	*ugat*
velvet	*pelus, tersiyopelo*
vending machine	*makinang nagtitinda, makinang tindahan*
venomous	*makamandag*
venereal disease	*sakit na nakuha sa pagtatalik*
vertical	*patindig, patayo*
via	*sa pamamagitan ng*
video camera	*bidyo kamera*
video cassette	*bidyo kaset*
video recorder	*bidyo rekorder*
view	*tanawin*
village	*nayon, baryo*
visa	*bisa, visa*
visit	*pagdalaw, pagbisita, pagpunta*
visiting time	*oras ng pagdalaw*
vitamins	*bitamina*
vitamin tablets	*tabletang bitamina*
vocabulary	*talasalitaan*
volcano	*bulkan*
volleyball	*balibol*
vomit	*suka, pagsusuka*

W

wait	*hintay, maghintay*
waiter	*weyter, serbidor*
waiting room	*silid hintayan*
waitress	*weytres, serbidora*
wake up	*gumising*
Wales	*Wales*
walk (noun)	*lakad*
walk (verb)	*lumakad*
walking stick	*tungkod*
wall	*pader, bakod*
wallet	*pitaka, kortamoneda*
wardrobe	*aparador*
warm	*medyo mainit*
warn	*babala, paalaala*
warning	*pagbabala, pagpapaalaala*
wash	*hugas, hugasan*
washing	*paghuhugas*
washing line	*sampayan*
washing machine	*makinang panlaba*
wasp	*putakti*
watch	*manood, magbantay, magmasid*
water	*tubig*

water-skiing	*pag-iski sa tubig*
waterfall	*talon*
waterproof	*hindi nababasa*
way (direction)	*daan*
way (method)	*paraan*
we	*kami, tayo*
weak	*mahina*
wear	*suot, magsuot*
weather	*klima*
weather forecast	*magiging panahon, magiging klima*
webcam	*webkam*
wedding	*kasalan*
Wednesday	*Miyerkules*
week	*linggo*
weekday	*araw ng linggo*
weekend	*Sabado at Linggo*
weigh	*sukat, timbang*
weigh out	*sukatin, ayusin sa timbang*
welcome	*maligayang pagbati*
well (for water)	*balon*
well (good)	*mabuti*
west	*kanluran*
wet	*basa*
wetsuit	*witsut, damit pantubig*
what?	*ano?*
wheel	*gulong*
wheelchair	*upuang may gulong*
when?	*kailan?*
where?	*saan?*
which?	*alin?*
white	*puti*
white wine	*puting alak*
who?	*sino?*
why?	*bakit?*
wide-angle lens	*malapad na lente ng kamera*
widow	*balong babae, biyuda*
widower	*balong lalaki, biyudo*
wife	*asawa*
wind	*hangin*
window (in room)	*bintana*
window (to pay)	*takilya*
windscreen, windshield	*wind-iskrin*
windscreen wiper	*pampunas ng windiskrin*
wine	*alak*
winter	*taglamig*
wire	*alambre, kawad*
witness	*testigo, saksi*
woman	*babae*
wonderful	*kahanga-hanga, napakahusay*
wood	*kahoy*
wool	*balahibo ng hayop*
word	*salita*
work	*trabaho, gawain, hanapbuhay*
working day	*araw na may trabaho*

15

worm	bulate
worn	pagod, pagal
worried	nag-aalala, nangangamba
wound	sugat
wrap	balot, balutin
wrench, spanner	liyabe, panghigpit
wrist	pulso, galang galangan
write	sumulat, magsulat
write down	isulat
writing pad	sulatang pad
writing paper	sulatang papel
wrong	mali

X

| x-ray | eksrey |

Y

yarn	sinulid, hilatsa
year	taon
yellow	dilaw
yes	oo
yes please	oo salamat
yesterday	kahapon
you	ikaw, ka, kayo
youth hostel	pangkabataang tirahan

Z

zip	siper, sipkod
zoo	su
zucchini	sukini